தமிழ் திசை

தண்டிக்கப்படுகிறதா தமிழ்நாடு?

மு.இராமனாதன்

தமிழ் திசை

Title
THANDIKKAPADUKIRATHA TAMILNADU?
Author: © **M.RAMANATHAN**

ISBN NO: 978-81-986934-6-4

நூல் தலைப்பு
தண்டிக்கப்படுகிறதா தமிழ்நாடு?

நூல் ஆசிரியர்
© **மு.இராமனாதன்**

முதற்பதிப்பு
மே - 2025

விலை: **₹150**

ஆசிரியர்
கே.அசோகன்

பொறுப்பாசிரியர்
வி.தேவதாசன்

உதவிப் பொறுப்பாசிரியர்
வா.ரவிக்குமார்

Creative Head - புத்தகங்கள் பிரிவு
மு.ராம்குமார்

முதன்மை வடிவமைப்பாளர்
என்.கணேசன்

வடிவமைப்பாளர்
ச.சக்திவேல்

பதிப்பகப் பிரிவு
விற்பனை மேலாளர்: **S.இன்பராஜ்**
முகவரி:

KSL MEDIA LIMITED, கஸ்தூரி மையம்,
124, வாலாஜா சாலை,
சென்னை - 600 002.

போன்: **044 - 35048001**
செல்: **7401296562 / 7401329402**

தமிழ் திசை பதிப்பகத்தின்
அனைத்துப் புத்தகங்களையும்
வாங்கிட கீழே குறிப்பிட்டுள்ள
ஆன்லைன் லிங்கை
பயன்படுத்தவும்.
மேலும், நமது பதிப்பகத்தின்
விலைப் பட்டியலை
PDF மூலம் பார்க்க
உங்கள் whatsapp எண்ணை
மேற்கண்ட எண்ணுக்கு அனுப்பவும்.

https://store.hindutamil.in/publications
www.instagram.com/hindu_tamil

KSL Media Limited, Regd. Office: **KASTURI BUILDING** No.859 & 860 Anna Salai, Chennai - 600 002.

https://www.facebook.com/Tamilthisaipublications https://twitter.com/Tamilthisaipublications

Printed by Iqbal Khan, Graphic Park, No.65 (New No 161), Jani Jan Khan Road, Royapettah, Chennai - 600 014, for KSL Media Limited, Chennai - 600 002.

அறிவியல் கண்ணோட்டமும், அறம்சார்ந்த வாழ்வியலும்...!

பொறியாளர் மு.இராமனாதன் சிக்கலான பிரச்சினைகளையும் அறிவியல் நோக்கில் ஆராய்ந்து, அவற்றுக்கான தீர்வுகளை முன்வைப்பதில் வல்லவர். 'இந்து தமிழ் திசை' நாளிதழ் உட்பட பல்வேறு இதழ்களில் அவர் எழுதி வரும் கட்டுரைகள் அனைத்தும் இந்த வகைப்பட்டது. இவ்வாறு அவர் பல்வேறு இதழ்களில் எழுதிய 19 கட்டுரைகளின் தொகுப்பாக 'தண்டிக்கப்படுகிறதா தமிழகம்?' என்ற இந்த நூல் உருவாகியிருக்கிறது.

தமிழகம் என்ற உப தலைப்பின் கீழ் 6 கட்டுரைகளையும், சமூகம் தொடர்பாக 6 கட்டுரைகளையும், பொறியியல் சார்ந்த 9 கட்டுரைகளையும் அவர் இந்நூலில் தொகுத்துத் தந்துள்ளார். கூட்டாட்சித் தத்துவத்தின் அடிப்படையில் ஒன்றிய அரசின் தலைமையை ஏற்றுக்கொண்டு மாநிலங்கள் செயல்படுகின்றன. ஆனால், அரசியலமைப்புச் சட்டத்தின் கீழ் உறுதிப்படுத்தப்பட்டுள்ள மாநிலச் சுயாட்சி முறைக்கான வாய்ப்புகள் தமிழ்நாட்டுக்கு எவ்வாறெல்லாம் மறுக்கப்படுகின்றன என்பதை பொறியாளர் மு.இராமனாதன் இந்த நூலில் விவரித்துள்ளார்.

இந்திய ஒன்றியத்தில் இடம்பெற்றிருக்கும் தென்னிந்திய மாநிலங்கள் பல்வேறு தளங்களில் புறக்கணிக்கப்படுவது பற்றிய கட்டுரையுடன் நூல் தொடங்குகிறது. 'மொழிக் கொள்கையை எப்படிக் கையாள்வது?' கட்டுரையில், 'தமிழோடும் ஆங்கிலத்தோடும் கூடுதலாக இன்னொரு இந்திய மொழியைக் கற்கச் சொல்கிறது புதிய கல்விக் கொள்கை. அதற்கான அவசியமிருந்தால், அந்த மூன்றாவது மொழி தமிழையும் ஆங்கிலத்தையும் விஞ்சக்கூடியதாக இருந்தால், அதன் மூலம் வாழ்வியல் தேவைகள் நிறைவேறுமானால், தமிழர்கள் யார் சொல்வதற்காகவும் காத்திருக்க மாட்டார்கள், தாமாகவே அந்த மூன்றாவது மொழியைக் கற்பார்கள்' என்று நூலாசிரியர் குறிப்பிடுகிறார்.

இதன் மூலம் ‘விரும்பாத ஒரு மொழியை யார் மீதும் திணிக்க முடியாது, அதே வேளையில் தமக்கு அவசியமான மொழியொன்றை ஒருவர் கற்பதை யாராலும் தடுக்கவும் முடியாது’ என்பதை அவர் அழுத்தமாகக் குறிப்பிடுகிறார்.

மக்களவைத் தொகுதிகள் எண்ணிக்கை மறுவரையறை செய்யப்பட்டால் தென்மாநிலங்கள் எதிர்கொள்ள வேண்டிய சிக்கல்களை அலசும் ஒரு கட்டுரை, அந்தச் சிக்கல்களுக்கான தீர்வுகளையும் பரிந்துரை செய்கிறது. பல மேலை நாடுகளில் உள்ளதுபோல பாதுகாப்பு, அயலுறவு, ரயில்வே, பேரிடர் நிவாரணம் உள்ளிட்ட துறைகள் மட்டும் மத்திய அரசிடம் இருக்கலாம், மற்ற துறைகள் அனைத்தும் மாநில அரசுகளின் கட்டுப்பாட்டில் இருக்க வேண்டும். வரி வசூலும், அதைப் பயன்படுத்தும் அதிகாரமும் மாநிலங்களுக்கு வழங்கப்பட வேண்டும் என்று அந்தக் கட்டுரை வலியுறுத்துகிறது.

மத்திய அரசின் வரி வருவாய் மாநிலங்களுக்கு எவ்வாறு தற்போது பங்கிட்டு வழங்கப்படுகிறது என்பது பற்றியும், இதனால் தமிழ்நாடு உள்ளிட்ட தென்மாநிலங்கள் பாதிக்கப்படுவது பற்றியும் ‘வஞ்சிக்கப் படுகின்றனவா தென் மாநிலங்கள்?’, ‘நிதி ஆணையம் தமிழகத்துக்கு நியாயம் வழங்குமா?’ ஆகிய இரண்டு கட்டுரைகள் விரிவாக அலசுகின்றன. மக்கள் தொகையைக் கட்டுப்படுத்துவதில் சிறப்பாகச் செயல்பட்ட மாநிலங்கள், மிகக் குறைவான நிதிப் பகிர்வின் மூலம் தண்டிக்கப்படுவது பற்றியும், தென் மாநிலங்களுக்குப் பாதிப்பை ஏற்படுத்தாத வகையில் வளர்ச்சி குன்றிய மாநிலங்களுக்கு அதிக நிதி ஒதுக்கீடு செய்வதற்கான வழிகள் பற்றியும் நூலாசிரியர் விரிவாக எழுதியுள்ளார்.

சமூகம் என்ற கருப்பொருளின் கீழ், ‘இந்தியா முன்னேற 70 மணி நேரம் உழைக்க வேண்டுமா?’, ‘எல்லை மீறும் வேலை நேரம்’, ‘காந்தியை ஏமாற்றி வரும் இந்தியா’, ‘நாம்தான் நம் உரிமைகளைக் கேட்டுப் பெற வேண்டும்’ ஆகிய நான்கு கட்டுரைகள் இடம்பெற்றுள்ளன.

ஹாங்காங் போன்ற நாடுகளில், சட்டத்தை மதிக்க வேண்டும் என்பதைப் பள்ளிகளில் மாணவர்களுக்கு உணர்வுபூர்வமாகவும்

அறிவுபூர்வமாகவும் சொல்லித் தருகிறார்கள். மொத்த சமூகமும் சட்டத்தின் மாட்சிமையைப் (Rule of law) பேணுவதைக் கடமையாகக் கொண்டிருக்கிறது. இந்தியாவைப் பொருத்தமட்டில், 'ஒரு நல்ல சிவில் சமூகம் சட்டத்தை மதிக்க வேண்டும்' என்று காந்தியடிகள் நம்பினார். ஆனால், வணிகமயமாகிவிட்ட இன்றைய கல்விச் சூழலால் பண்பாளர்களை உருவாக்க முடியாத அவலம் பற்றி நூலாசிரியர் வருத்தப்படுகிறார். 'ஆங்கிலக் கல்வி கற்ற களிப்பை நம் இளைஞர்களிடத்தில் காண முடிகிறது. அதே நேரத்தில் சட்டத்தை மீறுவதையும் களிப்பாகவே கொள்கிறார்கள். இந்தக் களிப்பு என்பது சாதாரணமானது அல்ல; சட்டத்தை மதித்து நடக்க வேண்டும் என்று கூறிய காந்தியடிகளை நூறாண்டுக் காலமாக ஏமாற்றி வருகிற களிப்பு' என்று நூலாசிரியர் ஆதங்கப்படுகிறார்.

சென்னைப் பெருவெள்ளம், ஜப்பான் நாடு பேரிடர்களை எதிர்கொள்ளும் அனுபவங்கள், பாம்பன் பாலக் கட்டுமானப் பிரச்சினைகள், முல்லைப் பெரியாறு அணையின் சிக்கல்கள் எனப் பொறியியல் தொழில்நுட்ப அடிப்படையிலான பல பிரச்சினைகளை ஏராளமான தரவுகளைக் கொண்டு நூலாசிரியர் அலசுகிறார். இங்கே எல்லாவற்றுக்குமே தீர்வு இருக்கிறது என்பதை அவர் உறுதியாக நம்புகிறார். மக்கள் மீது அக்கறையும், மனித நேயமும், சட்டப்படி நடந்துகொள்ள வேண்டும் என்ற தார்மீக நெறியும், பிரச்சினைகளை அறிவியல் கண்ணோட்டத்துடன் அணுகக்கூடிய மனப்பான்மையும் இருந்தால் எல்லாப் பிரச்சினைகளக்கும் தீர்வுகாண முடியும் என்பதே இந்த நூலின் சாராம்சமாக உள்ளது. மொத்தத்தில் இந்நூலை வாசிக்கும் வாசகர்களிடத்தில் அறம் சார்ந்த வாழ்வியல் சிந்தனைகளை வளர்ப்பதே நூலாசிரியரின் நோக்கமாக இருக்கிறது எனலாம்.

அன்புடன்,
கே.அசோகன்,
ஆசிரியர்,
'இந்து தமிழ் திசை'

என்னுரை

அரசியலும் பொறியியலும்

எனது கட்டுரைகளைப் பரந்துபட்ட வாசகர்களிடம் கொண்டு சேர்க்கிறது ‘இந்து தமிழ் திசை’. ஒவ்வொரு கட்டுரை வெளியாகும் போதும் சில மின்னஞ்சல்கள் வரும். பொதுவாகப் பாராட்டாகத்தான் இருக்கும். சமீபத்தில் டிரம்ப்பின் தீர்வைப் போரைப் பற்றிய ஒரு கட்டுரைக்கு எதிர்வினையாக வந்த அஞ்சல்களில் ஒன்று என்னை மெய்சிலிர்க்க வைத்தது. மேட்டுப்பாளையத்திலிருந்து வீ.வெள்ளிங்கிரி எழுதியிருந்தார். பத்தாண்டுகளுக்கு முன்பு நான் எழுதிய கட்டுரைகளைக் குறிப்பிட்டு, அவற்றின் நறுக்குகளைப் பாதுகாத்து வைத்திருப்பதாகச் சொன்னார்.

நெகிழ வைத்த இன்னொருவர் சத்தியமங்கலம் சுந்தரவடிவேலு. எனது கட்டுரைகளைத் தொடர்ந்து வாசிப்பவர். கொரோனா காலத்தில் மின்னஞ்சலில் தளிர்த்த நட்பு, முகநூலில் அரும்பி, தொலைபேசியில் போதாகி, இப்போது நேர்ச் சந்திப்புகளில் மலர்ந்து நிற்கிறது. என்னை வற்புறுத்தி அவரது ஊருக்கு வரவழைத்தார். பண்ணாரியம்மன் கோயிலுக்கும் கடம்பூர் மலைக்கும் கொடிவேரி அணைக்கும் கூட்டிச் சென்றார். நண்பர்களை அழைத்து ஒரு கூட்டம் நடத்தினார். அவரது நண்பர்கள் எனது புத்தகங்களை முன்வைத்துப் பேசினார்கள். இவரே அவற்றை சாலப் பரிந்து ஊட்டியிருப்பார் என்பது என் ஊகம். நான் ஊர் திரும்புவதற்கு பதிவு செய்திருந்த பேருந்து ஊட்டியிலிருந்து வர வேண்டும். அன்று மலையில் நேர்ந்த விபத்தொன்றால் தாமதமாக வந்தது. எவ்வளவு சொல்லியும் நள்ளிரவு வரைக் காத்திருந்து என்னைப் பேருந்தில் ஏற்றிவிட்டுத்தான் போனார். ‘இவ்வளவு அன்பு செலுத்துகிறீர்களே. என்னால் என்ன கைமாறு செய்ய முடியும்?’. இந்தக் கேள்வியை அன்றிரவு நான் அவரிடம் கேட்கவில்லை. ஏனெனில் நாங்கள்

முதல் முறை சென்னையில் சந்தித்தபோதே இந்தக் கேள்வியைக் கேட்டுவிட்டேன். அப்போது அவர் சொன்ன பதில்: 'நிறைய எழுதுங்கள்!'

இன்னொருவரும் அப்படித் தொடர்ந்து சொல்லிக் கொண்டிருப்பார். இவர் மின்னஞ்சல் எழுதுவதில்லை. தொலைபேசியில் அழைப்பார். 'இந்து தமிழ் திசை'யில் கட்டுரை வெளியாகும் நாட்களில் காலை 7.30 மணிக்குத் தொலைபேசி அடிக்கும். நான் அழைப்பவர் யாரென்று பார்க்காமலே எடுத்துப் பேசலாம். அது 'விஜயா பதிப்பக' வேலாயுத அண்ணனாகத்தான் இருக்கும். எழுத்தாளுமைகளுக்கு விமரிசையாக விழா எடுத்துக் கொண்டாடும் அரிதான பதிப்பாளர். அண்ணன் எனது கட்டுரைகளின் உள்ளடக்கத்தைப் பற்றி மட்டுமல்ல சொல் முறையையும் சிலாகிப்பார்.

'இந்து தமிழ் திசை'யில் வெளியாகி இப்படிப் பரவலான கவனம் பெற்ற சமீபத்திய கட்டுரைகளில் தேர்ந்தடுக்கப்பட்டவை இந்த நூலில் இடம்பெறுகின்றன. வேறு அச்சு இணைய ஊடகங்களில் வெளியான சில கட்டுரைகளும் இடம்பெறுகின்றன. வாசிப்பு வசதி கருதி இந்த நூல் மூன்று பகுதிகளாகப் பிரிக்கப்பட்டுள்ளது.

முதல் பகுதி-தமிழகம். இதில் இடம் பெறும் கட்டுரைகள் நிதிப் பகிர்விலும், கல்வி-மொழி-அரசியல் சார்ந்த உரிமைகளிலும், தொகுதி மறுசீரமைப்பிலும் தமிழகம் பாரபட்சத்துடன் நடத்தப்படுவதைச் சான்றுகளுடன் நிறுவுகிறது. கூட்டாட்சித் தத்துவத்தை பன்னாட்டு எடுத்துக்காட்டுகளுடன் விளக்குகிறது. அவற்றில் நமக்கு இசைவானவற்றை எடுத்தாள வேண்டும் என்று பரிந்துரைக்கிறது. நாட்டின் வளர்ச்சிக்குத் தன்னாட்சி மிக்க மாநிலங்களே அடித்தளமாக அமையும் என்றும் வாதிடுகிறது.

இரண்டாவது பகுதி- சமூகம். வாரத்திற்கு 70 மணி நேரம் பணியாற்ற நிர்ப்பந்திக்கும் கார்பரேட் கலாச்சாரத்திற்கு ஊழியர்களின் உடல்-மன நலத்தைக் குறித்து யாதொரு அக்கறையும் இல்லை என்பதை இந்தப் பகுதியில் உள்ள கட்டுரைகள் பேசுகின்றன. நமது நடுத்தர வர்க்கத்தினரின் பொய்ம்முகங்களில் சிலவற்றையும் இந்தப் பகுதி கேள்விக்குள்ளாக்குகிறது.

நூலின் சரிபாதிக் கட்டுரைகள் பொறியியல் சார்ந்தவை. அறிவியல் கண்ணோட்டத்தின் அவசியத்தை மனிதநேயத்திற்கு நிகராக நிறுத்துகிறது நமது அரசியலமைப்புச் சட்டம். ஆனால் நமது

நாட்டில் அறிவியல் துறைகள் பாடநூல்களிலும் ஆய்வகங்களிலும் தொழிற்கூடங்களிலும் சிக்கிக்கொண்டிருக்கின்றன. அவை எளிய மக்களின் கைக்கெட்டுவதில்லை. பொறியியல் துறைகளும் அப்படித்தான். கட்டுமானப் பொறியியலும் இந்த விதிக்கு விலக்காக அமையவில்லை. எனில், மற்ற பொறியியல் துறைகளைவிட கட்டுமானப் பொறியியல் நமது அன்றாடங்களில் கலந்திருக்கிறது. சமகாலத்தில் விவாதத்திற்கு உள்ளாகிய கட்டுமானப் பொறியியல் தொடர்பான அம்சங்கள் இந்தப் பகுதியில் இடம் பெறுகின்றன.

நகரங்களின் தவிர்க்க முடியாத அம்சமாகிவிட்டது அடுக்ககம். ஆனால் அதன் கட்டுமானத்தில் பொறியியல் கூறுகளைக் கடைப்பிடிப்பதில் நாம் பின் தங்கியிருக்கிறோம். அதன் வணிகக் கூறுகள் பயனர்களுக்கு அல்ல, கட்டுநர்களுக்கே சாதகமாக இருக்கின்றன. அடுக்ககம் சார்ந்த கட்டுரைகள் இதை விரிவாகப் பேசுகின்றன. சென்னைப் புறநகர் பேருந்து நிலையம் கிளாம்பாக்கதிற்கு மாற்றியமைக்கப்பட்டபோது நிகழ்ந்த உரையாடல்களில் பல மேலோட்டமானவை. பொறியியல் சார்ந்தும் நகர்மயம் சார்ந்தும் இந்தப் பிரச்சினையை அணுகும் கட்டுரை இடைக் காலத் தீர்வுகளையும் நீண்ட காலத் தீர்வுகளையும் பரிந்துரைக்கிறது. உலகச் சுற்றுச் சூழல் தினத்தையொட்டி வெளியானது 'நகர்மயமும் போக்குவரத்தும்' என்கிற கட்டுரை.

நீர்நிலைகளும் நீர்வழிப் பாதைகளும் ஆக்கிரமிக்கப்டுகின்றன; விளைவாக மழை வெள்ளம் சாலைகளில் தேங்கி, சமயங்களில் வீடுகளுக்குள்ளும் புகுந்துவிடுகின்றன. நமது வடிகால்களின் வடிவமைப்புக் கொள்கை பன்னாட்டுத் தரத்தில் இல்லை. சென்னை வெள்ளம் குறித்த கட்டுரை பிரச்சினைகளையும் தீர்வுகளையும் விரிவாக அலசுகிறது. பெரியாறு அணையின் மீது கட்டுக்கதைகள் சமைக்கப்படுகின்றன. நூலின் கடைசிக் கட்டுரை இந்தச் சிக்கலைப் பேசுகிறது.

இவையெல்லாம் சமூகப் பிரச்சினைகள். இவற்றின் ஊடுபாவாக இருக்கும் பொறியியல் அம்சங்களைப் புரிந்து கொள்வதற்கு இந்தக் கட்டுரைகள் ஒரு சிறிய படிக்கல்லாக விளங்கக்கூடும்.

நான் எழுதிய சமீபத்திய கட்டுரைகளில் தமிழகம் சார்ந்தவையும் பொறியியல் சார்ந்தவையும் இந்த நூலில் இடம் பெறுகின்றன. அவற்றுள்ளும் காலப்பொருத்தமும் பயன்பாடுமுள்ள கட்டுரைகள் மட்டுமே

இந்தத் தொகை நூலுக்குத் தேர்வு செய்யப்பட்டிருக்கின்றன. இந்தக் கட்டுரைகளை இயன்றவரை நிகழ்நிலைப்படுத்தி இருக்கிறேன். ஒரே பொருள் குறித்து பல்வேறு கால கட்டத்தில் எழுதப்பட்ட கட்டுரைகளில் கூறியது கூறலைத் தவிர்க்க முயற்சித்திருக்கிறேன்.

இந்த நூலில் இடம்பெறும் கட்டுரைகளில் அதிகமும் 'இந்து தமிழ் திசை'யில் வெளியானவை. இவற்றை வாசகர்களிடம் கொண்டு சேர்த்தவர்கள் கே.அசோகன், ஆதி வள்ளியப்பன், வெ.சந்திரமோகன், ஆசை முதலான ஆசிரியர் குழுவினர். 'அருஞ்சொல்.காம்' இதழில் எனது கட்டுரைகளைத் தொடர்ந்து வெளியிட்டவர் சமஸ். பிற கட்டுரைகள் வெளியான இதழ்களும் அதன் ஆசிரியர்களும் வருமாறு: 'காலச்சுவடு' (சுகுமாரன், அரவிந்தன்), 'புக்டே.இன்' (க.நாகராஜன்), 'குமுதம்' (எல்.சஞ்சீவிகுமார், மானா பாஸ்கரன்). இவர்கள் அனைவருக்கும் நன்றி பாராட்டுகிறேன்.

இந்தக் கட்டுரைகள் வெளியானபோது மின்னஞ்சல் வாயிலாகப் பாராட்டி உற்சாகமூட்டியவர்களில் பலரும் என்னை முன்பின் அறிந்திராத வாசகர்கள். தொலைபேசியிலும் நேரிலும் வாழ்த்தியவர்கள் நண்பர்கள். அவர்கள் அனைவரையும் இந்த வாய்ப்பில் கைகூப்பி வணங்கிக்கொள்கிறேன்.

இந்து தமிழ் திசை வெளியீடாக இந்த நூல் வருவதற்குக் காரணமானவர் தேவதாசன். கனிவான பதிப்புரை நல்கியிருப்பவர் கே.அசோகன். இந்த நூலின் பக்கங்களைச் சிரத்தையோடு வடிவமைத்தவர் சக்திவேல். அட்டையை அழகுற அமைத்தவர் ராம்குமார். இந்த நூல் நல்ல அச்சோடும் அமைப்போடும் வருவதன் பின்னில் பலரின் உழைப்பு இருக்கிறது. இவர்கள் அனைவரையும் நன்றியோடு நினைத்துக்கொள்கிறேன்.

இந்த நூலையடுத்து பன்னாட்டு அரசியல், பண்பாடு, மதம், கலை-இலக்கியம், மொழி சார்ந்த கட்டுரைகளை இன்னொரு தொகுப்பாகக் கொண்டு வரும் எண்ணம் இருக்கிறது. நல்லுலகம் ஆதரிக்கும் எனும் நம்பிக்கை இருக்கிறது.

மு.இராமனாதன்
சென்னை.
சித்திரைத் திருநாள், 2025
மின்னஞ்சல்: mu.ramanathan@gmail.com

ஆசிரியரைப் பற்றி...

சிவகங்கை மாவட்டம், அரியக்குடியில் முத்துக்கருப்பன்-அழகம்மை இணையருக்கு மகனாகப் பிறந்தவர். பிறந்த ஆண்டு: 1959. அரசியல், பொறியியல், சமூகம், கல்வி, மொழி, பன்னாட்டு அரசியல், இலக்கியம் முதலான பொருள்களில் எழுதி வருகிறார். "பொறியியல் முதல் அரசியல் உள்ளிட்டு, பண்பாடு, இலக்கியம் என விசாலமான பொருள்களில் பத்திரிகை நடையில் எழுதும் தமிழ் எழுத்தாளர்" என்று மு.இராமனாதனை விளக்குகிறார் ஆய்வாளர் பழ.அதியமான்.

இராமனாதன் ஹாங்காங்கின் பதிவு பெற்ற பொறியாளராகவும் பிரிட்டனின் சார்டர்ட் பொறியாளராகவும் பட்டம் பெற்றவர். இந்தியா, ஹாங்காங், சவுதி அரேபியா, ஆஸ்திரேலியா முதலான நாடுகளில் பல்வேறு உள்கட்டமைப்புத் திட்டங்களில் பணியாற்றியவர். இவரது பொறியியல் கட்டுரைகள் பன்னாட்டு ஆய்விதழ்களில் வெளியாகியுள்ளன.

மனைவி - அலமேலு; மகள் - கவிதா, வழக்குரைஞர்; மகன் - குமார், அரசியல் விஞ்ஞானி.

ஆசிரியர் எழுதிய நூல்கள்:

- 'கிழக்கும் மேற்கும்', பன்னாட்டு அரசியல் கட்டுரைகள் (2022)
- 'வீடும் வாசலும் ரயிலும் மழையும்', பொறியியல் கட்டுரைகள் (2023)
- 'இது முத்துலிங்கத்தின் நேரம்', அ.முத்துலிங்கத்தின் படைப்புகள் பற்றிய கட்டுரைகள் (2023)
- 'ஆர்வெல்லின் ஆறு விதிகள், கல்வி, மொழி சார்ந்த கட்டுரைகள் (2023)
- 'தமிழணங்கு என்ன நிறம்?', சமூகம், அரசியல் சார்ந்த கட்டுரைகள் (2023)
- 'ஷெர்லக் ஹோம்ஸ் வாழ்ந்த வீடு', இலக்கியக் கட்டுரைகள் (2024)

ஆசிரியர் தொகுத்த நூல்கள்:

- 'இலக்கிய வெள்ளி', ஹாங்காங் இலக்கிய வட்டம் நடத்திய 25 கூட்டங்களின் பதிவுகள் (2008)
- 'எனது பர்மா குறிப்புகள்', பர்மாவிலிருந்து புலம் பெயர்ந்த செ.முஹம்மது யூனுஸின் அனுபவங்கள் (2009)
- 'புவியீர்ப்புக் கட்டணம்', அ.முத்துலிங்கத்தின் கிளாசிக் சிறுகதைகளின் தொகுப்பு (2022)

ஆயாள் கா.விசாலாட்சியின்
நினைவுக்கு இந்நூல்.

உள்ளே...

தமிழகம்

1. நீங்கள், தென்னிந்தியர்கள் ஏன் பதற்றப்படுகிறீர்கள்? 15

2. மொழிக் கொள்கையை எப்படிக் கையாள்வது? 20

3. மக்களவை மறுவரையறை - சிக்கல்களும் தீர்வுகளும் 25

4. வஞ்சிக்கப்படுகின்றனவா தென் மாநிலங்கள்? 31

5. நிதி ஆணையம் தமிழகத்துக்கு நியாயம் வழங்குமா? 40

6. பற்றிப் படரட்டும் கல்வித் தீ 45

சமூகம்

7. இந்தியா முன்னேற 70 மணி நேரம் உழைக்க வேண்டுமா? 50

8. எல்லை மீறும் வேலை நேரம் 55

9. காந்தியை ஏமாற்றிவரும் இந்தியா 60

10. நாம்தான் நம் உரிமைகளைக் கேட்டுப்பெற வேண்டும்! 64

பொறியியல்

11. அடுக்கக வணிகத்தின் அவலங்கள் 68

12. சாலிகிராமம் வழங்கும் பாடம் 73

13. கிளாம்பாக்கம் - பிரச்சினைகளும் தீர்வுகளும் 79

14. பேரிடர்களை எப்படி எதிர்கொள்கிறது ஜப்பான்? 91

15. சென்னை வெள்ளம்: தேவை புதிய வடிவமைப்புக் கொள்கை 96

16. வெள்ளப் பாதிப்புகளும் விதி மீறல்களும் 112

17. பாம்பன் பாலத்தில் என்ன பிரச்சினை? 117

18. நகரமயமும் போக்குவரத்தும் 123

19. பெரியாறு அணையின் கட்டுறுதியும்
    இரண்டு கேரள ஆளுமைகளும் 129

1

தமிழகம்

நீங்கள், தென்னிந்தியர்கள் ஏன் பதற்றப்படுகிறீர்கள்?

சவுதி அரேபியாவின் வடமேற்கில் இருக்கிறது தபுக். சிறு நகரம். அங்கு சில காலம் பணியாற்றினேன். தில்லியிலிருந்து ஒரு நண்பர் தபுக் நகரத்துக்கு வந்தார். ஒரு பன்னாட்டு உணவகத்தில் சந்தித்தோம். பரிசாரகர் (உணவு பரிமாறும் ஊழியர்) மிகுந்த நட்புணர்வுடன் எங்களை வரவேற்றார். அவரது ஆங்கிலத்தில் எகிப்திய மணமிருந்தது. எங்களிடம் உணவுப் பட்டியலை நீட்டினார். அது பெரிய புத்தகமாக இருந்தது. நண்பர் அவரையே தேர்ந்தெடுக்கச் சொன்னார். நண்பருக்குத் தந்தூரி ரொட்டியும், பட்டர் சிக்கனும் பரிந்துரைத்த பரிசாரகர், என்னிடத்தில் இடியாப்பமும் மீன் கறியும் நன்றாக இருக்குமென்றார். இருவருக்கும் அவரது தெரிவுகள் பிடித்திருந்தன. அதையே சொன்னோம். அவை விரைவாகவும் வந்தன.

நண்பர் பரிசாரகரிடம் கேட்டார்: 'எங்களுக்கு எப்படி இந்த உணவு வகைகளைத் தேர்ந்தெடுத்தீர்கள்?'. கேள்வி சாதாரணமானது. ஆனால் ஊழியரின் பதில் எதிர்பாராதது. 'நீங்கள் இந்தியர், இவர் கேரளியர். யாருக்கு என்ன பிடிக்கும் என்று எங்களுக்குத் தெரியும்.' நண்பர் பதறிப் போனார். அவர் வேக வேகமாகப் பதிலளித்தார். 'இவர் தமிழர். நான் பீகாரி. கேரளா இவருக்கு அருகாமை மாநிலம். பீகார் தொலைவிலுள்ள

மாநிலம். ஆனால் நாங்கள் அனைவரும் இந்தியர்கள்.' நண்பரின் முகத்தில் கொஞ்சம் கடுமை தெரிந்தது. பரிசாரகர் அனுபவம் மிக்கவர். உரையாடலை நீட்டுவது உசிதமல்ல என்று அவருக்குத் தெரிந்தது. குரலைத் தாழ்த்திக்கொண்டார்; நண்பரை ஆமோதித்தார்; மெதுவாக எங்கள் மேசையிலிருந்து விலகிவிட்டார்.

நண்பர் சமாதானமாகவில்லை. 'சவுதி அரேபியாவில் கேரளியர்கள் அதிகமாக வசிப்பதால் அவர்களைத் தனி நாட்டவர்கள் என்று இங்குள்ளவர்கள் கருதியிருக்கக்கூடும்' என்றார். நான் கேட்டுக்கொண்டேன். அப்புறம் மெல்லச் சொன்னார். 'உணவில் வித்தியாசம் இருக்கலாம். அதற்காக ஒரே நாடு என்பது இல்லாமலாகுமா?'. இப்போது நான் பதில் சொன்னேன். 'நிச்சயமாக நாம் ஒரே நாட்டினர்தான், ஆனால் உணவில் மட்டுமில்லை வித்தியாசம். உடை, மொழி, நிறம், இசை, வழிபாடு, கட்டடம், கலை, பண்பாடு எல்லாவற்றிலும் இருக்கிறது.' நண்பருக்கு இப்போது கோபம் வந்துவிட்டது. அவர் கேட்டார்: 'நீங்கள், தென்னிந்தியர்கள் ஏன் எப்போதும் பதற்றப்படுகிறீர்கள்?'.

அந்த மாலை ரம்மியமாக இருந்தது. முன்பு நாங்கள் இருவரும் பணியாற்றிய நிறுவனத்தின் சகாக்களைப் பற்றி நண்பரிடம் நிறைய வம்புகள் இருந்தன. இரண்டையும் நான் இழக்க விரும்பவில்லை. நான் பேச்சை மாற்றினேன்.

அன்றைய தினம் நண்பர்தான் பதற்றத்தில் இருந்தார். ஆனால் நடந்து முடிந்த 2024 தேர்தல் களத்தில், நண்பர் சொன்னது போல் தென்னிந்தியர்கள் பதற்றத்தில் இருந்ததாகத்தான் தோன்றியது.

நிதி அதிகாரம்

தேர்தலுக்கு முன்பு நாடெங்கிலும் நடத்தப்பட்ட ஒரு கள ஆய்வு, இந்தத் தேர்தலின் முக்கியப் பிரச்சினைகளாக விலைவாசியையும், வேலையின்மையையும் குறிப்பிட்டது. தென்னகத்தில் மட்டுமே இந்த ஆய்வு நடத்தப்பட்டிருந்தால் மாநிலங்களுக்கு இடையிலான நிதிப் பகிர்வு ஒரு பிரச்சினையாகச் சேர்ந்திருக்கும். குறிப்பாக ஒரு புள்ளி விவரம் இந்தக் தேர்தல் களத்தில் பேசப்பட்டது.

தமிழ்நாடு ஒன்றியத்திற்குச் செலுத்தும் ஒவ்வொரு ரூபாய்க்கும் 29 காசு மட்டுமே திரும்பப் பெறுகிறது. அதே வேளையில் உத்தரப் பிரதேசம் ஒரு ரூபாய் செலுத்தி ரூ 2.73 பெறுகிறது. பீகாரோ தான் செலுத்தும் ஒவ்வொரு ரூபாய்க்கும் ரூ.7.06 பெறுகிறது. இது 2021-22ஆம் ஆண்டிற்கான புள்ளி விவரம். இதன்படி தென் மாநிலங்களில் அதிகமாகப்

பெறுவது கேரளா, 53 காசு; குறைவாகப் பெறுவது கர்நாடகம், 15 காசு. இதற்கு மாறாக உத்தரகாண்ட், ராஜஸ்தான், சத்திஸ்கார், ஜார்கண்ட், மத்தியப்பிரதேசம் முதலான வட இந்திய மாநிலங்கள் கொடுப்பதைவிடப் பெறுவது அதிகம்.

அரசியல் அதிகாரம்

காரணம் எளிமையானது. தென்னிந்திய மாநிலங்களின் மக்கள் தொகை குறைந்து வருகிறது. அதாவது இந்திய மக்கள் தொகையில் தென்னிந்தியர்களின் விகிதம் குறைகிறது (1971- 24.7%, 2011- 20.7%). மேற்குறிப்பிட்ட இந்தி பேசும் ஏழு வட இந்திய மாநிலங்களின் மக்கள் தொகை கூடி வருகிறது (1971- 38.7%, 2011- 42.4%). 2026இல் நாடாளுமன்றத் தொகுதிகளின் மறுவரைவுக்கான கெடு வருகிறது. மக்கள் தொகையின் அடிப்படையில் இது நடந்தால் நாடாளுமன்றத்தில் தென் மாநில இருக்கைகள் குறையும். அதாவது, நாடாளுமன்றத்தில் தென்னகத்தின் குரல் தேயும். அரசியல் அதிகாரம் நீர்க்கும். தென்னகம் வடகிழக்கு மாநிலங்களைப் போல முக்கியத்துவத்தை இழக்கும்.

தென் மாநிலங்களுக்கான நிதி அரசியலமைப்பு விதிகளைப் பின்பற்றியே குறைக்கப்படுகிறது. வருங்காலத்தில் நாடாளுமன்றப் பிரதிநிதித்துவம் குறைக்கப்படால் அதுவும் அரசியலமைப்பின் வழியாகவே செய்யப்படும். ஏனெனில் நமது அரசியலமைப்பில் மாநிலங்களைவிட ஒன்றியமே அதிகாரம் மிக்கது.

மொழி அதிகாரம்

இந்தி மொழியின் அதிகாரத்திற்கு அரசியலமைப்பு மட்டுமே காரணமல்ல. அரசியலமைப்பின்படி ஒன்றிய அரசின் அலுவல் மொழிகள் இரண்டு. அவை இந்தியும் ஆங்கிலமும். இந்தி, இந்தியாவின் தேசிய மொழியல்ல. எந்த மொழியும் இந்தியாவின் தேசிய மொழியல்ல. எனினும் தமிழகத்தின் எல்லா ரயில் நிலையங்களிலும் அறிவிப்புகள் இந்தியில் இருக்கும். சலுகையாகத் தமிழிலும் அறிவிக்கப்படும். ரயில் பயணிகளுக்கு கிடைக்கும் இந்தச் சலுகை விமானப் பயணிகளுக்குக் கிடைப்பதில்லை. தமிழக விமான நிலையங்கள் எதிலும் தமிழ் அறிவிப்புகளைக் கேட்க முடியாது. விமானங்களிலும் அப்படித்தான். விமான நிலையங்களில் பணியாற்றும் சி.ஐ.எஸ்.எப் காவலர்களுக்கு இந்தி மட்டுமே தெரியும். பயணிகள் அனைவருக்கும் இந்தி தெரிந்திருக்க வேண்டுமா? அது ஆதிக்க மனோபாவம் ஆகாதா?

புறக்கணிப்பு

ஆதிக்கம் ஒரு புறமென்றால், புறக்கணிப்பு மறுபுறம். சமீபத்திய எடுத்துக்காட்டு *Swadeshi Steam*. இது ஆ.இரா.வேங்கடாசலபதி எழுதிய நூல். பிரிட்டிஷ் பேரரசை எதிர்த்து வ.உ.சி எனும் ஒரு சாமனியத் தமிழ்த் தேசாபிமானி கப்பலோட்டிய கதையைப் பேசும் நூல். ஆய்வுப் புலத்தில் பெரும் கவனத்தை ஈர்த்திருக்கும் இந்த நூலின் ஓர் அறிமுக விழா கடந்த 2024 ஜனவரி மாதம் சென்னையில் நடந்தது. விழாவில் நூல் உருவாக்கத்தில் உதவியவர்களுக்கு சலபதி நன்றி கூறினார். அதில் சி.பி.எஸ்.ஈ பாடநூல் நிறுவனமும் இருந்தது. ஏன்? அந்தப் பாடநூல்களில் வ.உ.சி.யைப் பற்றி ஒரு வரிகூட இல்லை. அதுவே வ.உ.சி குறித்து விரிவான ஆய்வு மேற்கொள்ள தனக்கு உத்வேகமாக அமைந்தது என்றார் சலபதி. இந்த நிகழ்வைக் குறித்து சமூக வலைதளத்தில் பதிவிட்டிருந்தேன். அதைப் படித்த எனது பீகாரி நண்பர் வ.உ.சி. யால் ஈர்க்கப்பட்டுவிட்டார். நூலை வாங்கிவிட்டதாகவும் வாசித்து வருவதாகவும் எனக்கு மடல் எழுதினார். கூடவே ஒரு கேள்வியும் எழுப்பினார். 'ஒரு வ.உ.சி.யின் பெயர் விடுபட்டுப்போனதால் மொத்தத் தமிழகமும் விடுபட்டதாகப் பொருள்படுமா?'. நான் பதில் எழுதினேன். 'அழகு முத்துக்கோன், பூலித்தேவன், மருதநாயகம், வேலு நாச்சியார், கட்டபொம்மன், மருது சகோதரர், திருப்பூர் குமரன், விஸ்வநாத தாஸ் முதலான எந்தத் தமிழ்ப் பெயரையாவது சி.பி.எஸ்.ஈ நூல்களில் பார்க்க முடியுமா? விந்தியத்திற்குத் தெற்கே விடுதலைப் போர் நடந்ததா என்கிற ஐயம் அந்த நூல்களைப் படித்தால் வரக்கூடுமல்லவா?'

இந்த முறை நண்பர் தபுக் உணவகத்தில் கேட்ட கேள்வியை கேட்கவில்லை. மாறாக நிலைமை சீராகும் என்று நம்பிக்கை தெரிவித்திருந்தார். அந்த நம்பிக்கை நல்லது. அது மனமாற்றத்திற்கு வழி வகுக்கும். தென்னிந்தியர்களின் மீதான புறக்கணிப்பும் ஆதிக்கமும் முடிவுக்கு வர வேண்டும். அப்போது தென்னிந்தியர்கள் அவர்களுக்கு அருகதைப்பட்ட நிதியையும் பிரதிநிதித்துவத்தையும் பெறுவார்கள். அரசியலமைப்பில் மாநிலங்களின் பங்கு கூடும். அது பன்மைத்துவத்தை வளர்க்கும். கூட்டாட்சி பேணப்படும். தென்னிந்தியர்களின் பதற்றமும் குறையும்.

○ இந்து தமிழ் திசை 23.4.2024

2

மொழிக் கொள்கையை எப்படிக் கையாள்வது?

தர்மேந்திர பிரதான் நான்காண்டுகளாக ஒன்றிய அரசின் கல்வி அமைச்சராக இருக்கிறார். எனினும் அவரைத் தமிழ் கூறும் நல்லுலகம் இப்போதுதான் நன்றாக அறிந்துகொண்டது. 'தமிழகம் மும்மொழிக் கொள்கையை ஏற்க மறுக்கிறது. ஆகவே தமிழகத்திற்கான கல்வி நிதியை வழங்க முடியாது' என்றார் அமைச்சர். அவர் தொடர்ந்து சொன்னார்: 'மும்மொழிக் கொள்கை என்பது *rule of law*'. இந்தக் கூற்றைப் பல தமிழ் ஊடகங்கள் இப்படி மொழிபெயர்த்தன: 'மும்மொழிக் கொள்கையை சட்ட விதிமுறைகள் என்கிறார் மத்திய அமைச்சர்.' *Rule of Law* என்பது சட்டமும் விதிமுறையும் மட்டுமல்ல, அது சட்டத்தின் மாட்சிமையைக் குறிக்கும். மும்மொழிக் கொள்கையைப் பின்பற்றுவதன் மூலம் நமது நாட்டில் சட்டத்தின் மாட்சிமையைப் பேண முடியும் என்பது அமைச்சரின் கருத்தாக இருக்கலாம்.

சட்டத்தின் மாட்சிமை என்பது என்ன? காலஞ்சென்ற ஆங்கிலேய நீதியரசர் தாமஸ் பிங்ஹாம் '*Rule of Law*' என்றே ஒரு நூல் எழுதியிருக்கிறார். அது சிறந்த அரசியல் நூலுக்கான ஆர்வெல் விருது பெற்றது. அதில் பிங்ஹாம் சொல்கிற அடிப்படைக் கூறுகள் இவை: 'ஒரு நாட்டில் உள்ள அனைவரும் சட்டத்தின் முன் சமமானவர்களாக

இருக்க வேண்டும். சட்டம் எல்லோரது நலனுக்கானதாக இருக்க வேண்டும். அதன் நற்பயன்களை அனைவரும் துய்க்க வேண்டும். அதை நீதிமன்றங்கள் உறுதிப்படுத்த வேண்டும்.'

இந்த வரையறைகளில் நாம் மும்மொழிக் கொள்கையைப் பொருத்திப் பார்க்கலாம். ஏன் வேண்டும் மூன்று மொழிகள்? அமைச்சர் சொல்கிறார்: அது புதிய கல்விக் கொள்கையில் இருக்கிறது. ஆகவே பின்பற்றப்பட வேண்டும். அதாவது, அது அரசமைப்புச் சட்டத்தில் இல்லை, ஒன்றிய அரசு வகுத்த ஒரு கொள்கை அறிக்கையில் இருக்கிறது. அந்த அறிக்கையை தமிழக அரசு ஏற்கவுமில்லை. ஒரு மாநிலத்தின் பெருவாரியான மக்களும் அவர்தம் பிரதிநிதிகளும் ஒரு கொள்கையை எம் நலனுக்கானது இல்லை என்று சொல்லும்போது அதை வற்புறுத்துவது எங்ஙனம் சட்டத்தின் மாட்சிமையைப் பேணுவதாகும்?

ஒரு மொழி

சட்டத்தின் மாட்சிமை பேணப்படுகிற நாடுகளின் பட்டியலில் முன்பந்தியில் இருக்கும் நாடுகளுள் ஒன்று ஹாங்காங். நான் 1995இல் அங்கு புலம்பெயர்ந்தேன். நான் பணியாற்றிய நிறுவனத்தில் எனது அணியில் ஒரு வங்கதேச இளைஞரும் இருந்தார். அவர் வங்கத்திற்கும் சீனத்திற்கும் இடையே இருந்த ஒரு நல்லுறவு உடன்படிக்கையின் கீழ் நிதி நல்கையுடன் பெய்ஜிங்கில் படித்தவர். பெய்ஜிங்கில் பொறியியல் கல்வி ஐந்தாண்டுகள். இவர் ஆறு ஆண்டுகள் படித்தார். முதலாண்டு முழுதும் சீன மொழியைக் கற்றார். அடுத்த ஐந்தாண்டுகள் பொறியியலைச் சீன

மொழியில் கற்றார். அதாவது பொறியியல் அங்கு சீன மொழியில் மட்டுமே கற்பிக்கப்படுகிறது. பொறியியலை மட்டுமல்ல; பல புத்தம் புதிய கலைகளையும் பஞ்சபூதச் செயல்களின் நுட்பங்களையும் அவர்கள் சீன மொழியில்தான் கற்கிறார்கள். அதுபோலவே, பல ஐரோப்பிய நாடுகளிலும் சில கீழை நாடுகளிலும் மாணவர்கள் அறிவியலையும், தொழில்நுட்பத்தையும் அவரவர் தாய்மொழியில்தான் கற்கிறார்கள்.

ஹாங்காங்கில் பன்னாட்டுப் பொறியியல் கருத்தரங்குகளில் பங்கேற்றிருக்கிறேன். கொரியர்களும் ஜப்பானியர்களும் ஜெர்மானியர்களும் அவரவர் தாய் மொழியில்தான் பேசுவார்கள். கூடவே ஒருவர் அதை ஆங்கிலத்தில் மொழிபெயர்ப்பார். இப்போது தொழில்நுட்பம் வளர்ந்துவிட்டது. பேச்சாளர் உரையாற்றும்போதே, அவரவர் தெரிவு செய்தகொண்ட மொழியில், அந்த உரையைத் தத்தமது செவியோரம் நிகழ்நேரத்தில் கேட்கலாம்.

நான் இந்தியாவில் ஓர் உள்கட்டமைப்புத் திட்டத்தில் பணியாற்றியபோது ஒப்பந்ததாரர்களில் ஒரு ரஷ்ய நிறுவனமும் இருந்தது. அதன் இளம் பொறியாளர்கள் ஆங்கிலம் பேசுவார்கள். முக்கியமான கூட்டங்களுக்கு அதன் தலைமைச் செயல் அலுவலர் வருவார். வரும்போது ரஷ்யத் தூதரகத்திலிருந்து ஒரு மொழிபெயர்ப்பாளரையும் அழைத்து வருவார். அவர் ரஷ்ய மொழியில் மட்டுமே பேசுவார்.

இரு மொழி

பல வளர்ந்த நாடுகளில் எல்லாக் கலைகளையும் முதன்மையாக ஒரு மொழியில்தான் கற்கிறார்கள். அதற்கேற்றவாறு தத்தமது மொழிகளை அவர்கள் தகைமைப்படுத்தி இருக்கிறார்கள். மாறாக இந்தியாவில் தமிழ் உட்பட எந்த மொழிக்கும் மெத்த வளர்ந்த மேன்மைக் கலைகளை முழுமையாகச் சொல்லும் திறமில்லை. நாம் கண்டிப்பாகத் தமிழை அதற்கேற்றவாறு தகைமைப்படுத்த வேண்டும். அதுவரை உலகெங்கும் ஊடாட, உரையாட நாம் கைக்கொண்டதுதான் இருமொழிக் கொள்கை.

நான் அயல் நாடுகளில் பணியாற்றியிருக்கிறேன். எனது பொறியியல் கட்டுரைகள் பன்னாட்டு ஆய்விதழ்களில் வெளியாகியிருக்கின்றன. இவையெல்லாம் இருமொழிக் கொள்கை மூலமே இயல்வதாயிற்று.

இந்திய மாநிலங்களிடையே தமிழகம் கல்வி சிறந்த மாநிலமாக இருக்கிறது. உயர்நிலைப் பள்ளிகளில் இருந்து கல்லூரிக்குச் செல்லும் மாணவர்களின் மொத்தச் சேர்க்கை விகிதம் (Gross Enrollment Ratio-GER) 2020-21ஆம் ஆண்டில் 27%. இது இந்தியச் சராசரி. இதை

2035இல் 50% ஆக்க வேண்டுமென்பது புதிய கல்விக் கொள்கையின் இலக்காகும். ஆனால் இப்போதே தமிழகத்தில் உயர்நிலைப் பள்ளியை முடிப்பவர்களில் 47% பேர் கல்லூரிக்குப் போகிறார்கள் (உ.பி- 22%, பீகார்- 19%). மாநிலங்களுக்கு இடையில் பாரிய ஏற்றத்தாழ்வு நிலவுகையில் நாடு முழுமைக்குமான ஒரே கொள்கை பொருத்தமாக இராது.

மும்மொழி

எனது நண்பரொருவர், மும்மொழிக் கொள்கையின் ஆதரவாளர், வாட்சப்பில் உலவும் இரண்டு கேள்விகளை என்னிடம் முன் வைத்தார். முதலாவதாக, கா.அப்பாதுரை, தெ.பொ.மீனாட்சி சுந்தரம், மு.கு.ஜகந்நாத ராஜா முதலியோருக்கு பிற மொழி இலக்கியங்களில் இருந்த புலமையைச் சுட்டிக்காட்டி, அவர்களை நாம் முன்னுதாரணமாகக்கொள்ள வேண்டாமா என்று கேட்டிருந்தார். அவர்கள் மும்மொழிகளில் மட்டுமல்ல, பல மொழிகளில் புலவர்கள். இப்போது பல்வேறு இந்திய மொழிகளிலிருந்தும், பிரெஞ்சு, ஜெர்மென், சீனம், ஸ்பானியம் முதலான அயல் மொழிகளிலிருந்தும் சிறந்த இலக்கியங்களை நேரடியாகத் தமிழில் மொழிபெயர்த்துத் தருவோர் நம்மிடையே இருக்கிறார்கள். திருக்குறள் சுமார் 60 மொழிகளில் வெளியாகியிருக்கிறது. இதைச் செய்வோர் மொழியியல் அறிஞர்கள். நாம் அறிஞர்களைப் பற்றியல்ல. சராசரி மாணவர்களைப் பற்றிப் பேசிக்கொண்டிருக்கிறோம், என்று பதில் சொன்னேன்.

அடுத்து நண்பர் கேட்டார்: 'பல மாநிலங்கள் புதிய கல்விக் கொள்கையை ஏற்கும்போது தமிழ்நாடு ஏன் மறுக்கிறது?'. இதற்கான விடையை வீரபாண்டிய கட்டபொம்மன் ஏற்கனவே சொல்லிவிட்டார்.

என்ன செய்யலாம்?

தமிழோடும் ஆங்கிலத்தோடும் கூடுதலாக இன்னொரு இந்திய மொழியைக் கற்கச் சொல்கிறது புதிய கல்விக் கொள்கை. அதற்கான அவசியமிருந்தால், அந்த மூன்றாவது மொழி தமிழையும் ஆங்கிலத்தையும் விஞ்சக்கூடியதாக இருந்தால், அதன் மூலம் வாழ்வியல் தேவைகள் நிறைவேறுமானால், தமிழர்கள் யார் சொல்வதற்காகவும் காத்திருக்க மாட்டார்கள், தாமே கற்பார்கள்.

தனது *Rule of Law* நூலில் பிங்ஹாம் சொல்கிறார்: அமைச்சர்களும் அலுவலர்களும் தங்கள் அதிகாரத்தை நல்ல நோக்கத்துடனும் நியாயமாகவும் பயன்படுத்த வேண்டும்; வரம்பு மீறல் கூடாது. அனைத்துத் தரப்பினரின் உரிமைகளையும் சட்டம் பாதுகாக்க வேண்டும்.

ஒன்றிய அமைச்சர் தமிழர்களின் நலனையும் உரிமைகளையும் கருத்தில்கொண்டு அரசமைப்புச் சட்டம் அவருக்கு அளித்திருக்கும் அதிகாரத்தை நல்ல நோக்கத்துடன் பயன்படுத்த வேண்டும். அதுவே சட்டத்தின் மாட்சிமையைப் பேணுவதாகும்.

இந்திய அளவில் தமிழகம் கல்விப் புலத்தில் சாதித்திருக்கிறது. ஆனால் பன்னாட்டளவில் நாம் போக வேண்டிய தூரம் மிக அதிகம். அதற்கு நமக்கு உகந்த கல்விக் கொள்கையை நாமே வகுத்துக்கொள்ளும் சுதந்திரம் வேண்டும். அதற்குக் கல்வியைப் பொதுப் பட்டியலிலிருந்து நீக்கி மாநிலப் பட்டியலில் இணைக்க வேண்டும். நாடெங்குமுள்ள கல்வியாளர்கள் அதற்காகக் குரல் கொடுக்க வேண்டும். தமிழகம் முன்கை எடுக்க வேண்டும்.

○ இந்து தமிழ் திசை 25.2.2025

3

மக்களவை மறுவரையறை – சிக்கல்களும் தீர்வுகளும்

மக்களவைத் தொகுதிகளின் மறுசீரமைப்பு தமிழகத்திற்கு ஆபத்தாக முடியும், அதைத் தடுத்து நிறுத்த வேண்டும் என்கிற வேண்டுகோளோடு 2025, மார்ச் 5ஆம் நாள் அனைத்துக் கட்சிகளையும் கூட்டினார் தமிழக முதல்வர் மு.க.ஸ்டாலின். இது ஒரு கற்பனை பயம், அச்சப்படத் தேவையில்லை என்று சில கட்சிகள் சொல்கின்றன. அச்சப்பட வேண்டியதற்கு அஞ்சத்தானே வேண்டும்? அதுதானே அறிவுடைமை?

மக்களவை மறுசீரமைப்பு தமிழகத்திற்குக் கிடைத்து வரும் அதிகாரப் பகிர்வைக் குறைத்துவிடும் என்று நான்காண்டுகளுக்கு முன்பு, ஒரு கட்டுரை எழுதினேன் ('தமிழகம் ஏன் தண்டிக்கப்படுகிறது?', இந்து தமிழ் திசை, 23.9.2021). அப்போதைக் காட்டிலும் இப்போது அபாயம் அதிகரித்துவிட்டது. எப்படி?

பத்தாண்டுக்கு ஒரு முறை நடக்கும் மக்கள் தொகைக் கணக்கெடுப்பு 2021இல் நடந்திருக்க வேண்டும். கொரோனாவால் அது தள்ளிப்போனது. அந்தக் கட்டுரையை எழுதியபோது கணக்கெடுப்பு 2022இல் நடந்துவிடும் என்கிற நம்பிக்கை இருந்தது. ஆனால் கணக்கெடுப்பு நாளது வரை நடக்கவில்லை. காரணங்கள் தெரியவில்லை. எப்போது நடக்கும் என்ற தெளிவுமில்லை.

2002ஆம் ஆண்டில் நிறைவேற்றப்பட்ட அரசியல் சட்டத் திருத்தத்தின்படி 2026க்குப் பிறகு நடத்தப்படும் மக்கள் தொகைக் கணக்கெடுப்பின் அடிப்படையில் தொகுதிகள் சீரமைக்கப்பட வேண்டும். 2021இல் (அல்லது 2022இல்) மக்கள் தொகை கணக்கிடப்பட்டிருந்தால், அடுத்த கணக்கீடு 2031இல் (அல்லது 2032இல்) நடந்திருக்கும். மறுசீரமைப்பு எனும் கத்தி அப்போதுதான் கீழிறங்கி இருக்கும். ஆனால் 2021 மக்கள் தொகைக் கணக்கீடை ஒன்றிய அரசு தாமதித்து வருவதால், அதை 2026இல் நடத்தி, அதற்கடுத்த ஆண்டே மறுவரையறை செய்யக்கூடும் என்ற அச்சம் இப்போது ஏற்பட்டிருக்கிறது. மறுவரையறை என்கிற அபாயம் எதிர்பார்த்ததைவிட அருகில் வந்துவிட்டது.

என்ன ஆபத்து?

மறுவரையறை ஏன் தமிழகத்திற்கு ஆபத்து? நமது அரசியலமைப்புச் சட்டத்தின் 81ஆவது பிரிவின்படி ஒவ்வொரு மாநிலமும் அதனதன் மக்கள் தொகையின் வீதத்தில் நாடாளுமன்ற இடங்களைப் பெறும், இந்த இடங்கள் பத்தாண்டுக்கு ஒரு முறை வரையறை செய்யப்படும்.

1952இல், 1951ஆம் ஆண்டு மக்கள் தொகைக் கணக்கெடுப்பின் அடிப்படையில் மறுவரையறை நடந்தது. அப்போது மக்கள் தொகை 36.1 கோடி, மொத்தம் இடங்கள் 494ஆக நிர்ணயிக்கப்பட்டது. தமிழகத்திற்கு 41 இடங்கள் கிடைத்தன.

1963இல் நடந்த மறுவரையறையில் (1961 கணக்கெடுப்பு, மக்கள் தொகை 43.9 கோடி) மொத்த இடங்கள் 522 ஆனது. 1973இல் நடந்த மறுவரையறையில் (1971 கணக்கெடுப்பு, மக்கள் தொகை 54.8 கோடி) மொத்த இடங்கள் 543ஆக உயர்ந்தது. இவ்விரண்டு முறையும் தமிழகத்திற்கு 39 இடங்களே கிடைத்தன.

மூன்று முறையும் மக்கள் தொகை கூடியது, நாடாளுமன்ற இடங்களும் கூடின; ஆனால் தமிழகத்தின் பிரதிநிதித்துவம் கூடவில்லை. காரணம் தமிழகத்தின் மக்கள்தொகை மற்ற மாநிலங்களுக்கு இணையாகக் கூடவில்லை.

மக்கள் தொகையின் அடிப்படையில் மறு வரையறை செய்ய வேண்டும் என்று சொல்பவர்களின் நியாயம் என்ன? இப்போதையத் தேர்தலில் ஒவ்வொரு நாடாளுமன்ற உறுப்பினரும் பிரதிநிதித்துவப்படுத்தும் மக்களின் எண்ணிக்கை பெருமளவில் வேறுபடுகிறது. ஒரு தமிழக உறுப்பினர் சராசரியாக 18 இலட்சம் மக்களின் பிரதிநிதியாக இருக்கிறார். அதே வேளையில் ஒரு உத்தரப் பிரதேச உறுப்பினர் 25 இலட்சம்

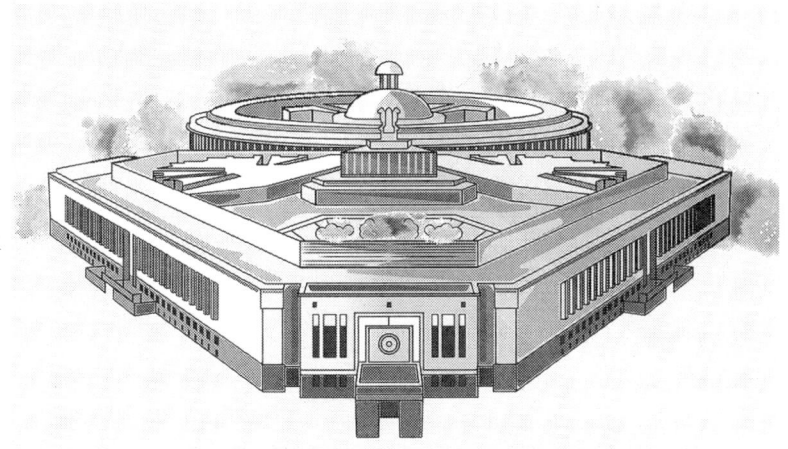

மக்களின் பிரதிநிதியாக இருக்கிறார். இதைச் சமன்படுத்த வேண்டும் என்கிறார்கள். நியாயம்தான். அப்படிச் செய்தால் மக்கள் தொகையைக் கட்டுப்படுதியிருக்கும் தென் மாநிலங்களின் குரல் நாடாளுமன்றத்தில் சக்தி இழக்குமே, அதற்கு என்ன மாற்று, என்று கேட்டால் அவர்களிடம் பதில் இல்லை.

மக்கள் தொகைக் கட்டுப்பாடு எழுபதுகளுக்குப் பிறகு வேகமெடுத்தது. இதைத் தென் மாநிலங்கள் தீவிரமாக அமல்படுத்தின. மக்களவையில் இந்த மாநிலங்களின் பிரதிநிதித்துவம் குறைந்துவிடக் கூடாது என்பதற்காக இந்திரா காந்தியின் அரசு, 1976இல் நாடாளுமன்ற உறுப்பினர்களின் எண்ணிக்கை அடுத்த 25 ஆண்டுகளுக்கு (அதாவது 2001 வரை) மாற்றப்படாமல் இருக்குமென்று ஓர் அரசியல் சட்டத் திருத்தத்தைக் கொணர்ந்தது. 2002இல் வாஜ்பாய் அரசும் இன்னொரு திருத்தத்தின் வாயிலாக இந்தக் கால அவகாசத்தை மேலும் 25 ஆண்டுகளுக்கு (2026 வரை) நீட்டித்தது. இப்போது 2026இல் மறுவரையறை நடந்தால் என்ன ஆகும்?

மறுவரையறை - இரண்டு முறைகள்

கார்னெகி அறக்கட்டளை (CEIP) என்ற அமைப்பு, 2026 மக்கள் தொகையை மதிப்பிட்டு அதன் அடிப்படையில் நாடாளுமன்ற இடங்களைக் கணக்கிட்டிருக்கிறது. இதன்படி தமிழகம் எட்டு இடங்களை இழக்கும். ஐந்து தென் மாநிலங்களும் சேர்ந்து 26 இடங்களை இழக்கும். உத்தரபிரதேசம், பீகார், ராஜஸ்தான், மத்தியப்பிரதேசம் ஆகிய நான்கு

இந்தி பேசும் மாநிலங்கள் மட்டும் 31 இடங்களைக் கூடுதலாகப் பெறும். தென் மாநிலங்களின் பிரதிநிதித்துவம் 5% குறையும். நான்கு வட மாநிலங்களின் விகிதம் 6% கூடும்.

இன்னொரு முறை, எந்த மாநிலத்திற்கும் இப்போதுள்ள இடங்களைக் குறைக்காமல் சீரமைப்பது. இதன்படி மாக்மில்லன் எனும் ஆய்வாளர், குறைவான மக்கள் தொகை கொண்ட கேரளத்தின் இடங்களை (20) நிலை நிறுத்திக்கொண்டு, அதனடிப்படையில் மற்ற மாநிலங்களின் இடங்களை மதிப்பிட்டிருக்கிறார். இதன்படி தமிழகம் 49 இடங்களைப் பெறும் (இப்போது 39). உத்தரப் பிரதேசத்தின் இடங்களோ 143ஆக உயரும் (இப்போது 80). அவையின் மொத்த இடங்கள் 848ஆக உயரும் (இப்போது 543). புதிய நாடாளுமன்றம் 888 இடங்களோடு கட்டப்படிருப்பது எதேச்சையானதல்ல! இதன்படி, தென் மாநில இருக்கைகள் 164ஆகும் (இப்போது 129). மேற்குறிப்பிட்ட நான்கு வட மாநில இருக்கைகள் மட்டும் 324 ஆகும் (இப்போது 174). இதிலும் தென் மாநிலங்களின் பிரதிநிதித்துவம் 5% குறையும். இந்த நான்கு வட மாநிலங்களின் விகிதம் 6% கூடும்.

இரண்டு ஆலோசனைகள்

இவ்விரண்டு முறைகளில் எவ்விதம் மறுவரையறை செய்யப்பட்டாலும் அது தென் மாநிலங்களின் பிரதிநிதித்துவத்தைக் குறைக்கும். ஆய்வாளர்கள் சில ஆலோசனைகளை முன் வைக்கிறார்கள். அவற்றில் இரண்டை இங்கே பரிசீலிக்கலாம்.

முதலாவது அமெரிக்க மாடல். அமெரிக்காவில் இரண்டு அவைகள் உள்ளன. கீழவையில் ஒவ்வொரு மாநிலத்திற்கும் மக்கள் தொகையின் விகிதத்தில் இடங்கள் இருக்கும். மேலவையில் எல்லா மாநிலங்களுக்கும், அவற்றின் மக்கள் தொகை கூடுதலானாலும் குறைவானாலும், தலா இரண்டு இடங்கள் இருக்கும். இதைப் பின்பற்றலாம் என்கின்றனர் சில ஆய்வாளர்கள். இந்த மாதிரியில் இரண்டு பிரச்சினைகள் உள்ளன. இதிலும் கீழவையில் தென் மாநிலங்கள் இடங்களை இழக்கும். தவிர, அமெரிக்காவில் மக்கள் தொகை அதிகமுள்ள மாநிலங்கள்தாம் நகர்மயமானவை, வருவாயும் வளர்ச்சியும் அதிகமுள்ளவை. இந்தியாவில் இது நேரெதிர். ஆகவே இந்த மாதிரி நமக்குப் பொருந்தாது.

இன்னொரு ஆலோசனை கருவள விகிதம் தொடர்பானது. ஒரு பெண் தன் வாழ்நாளில் ஈன்று புறந்தரும் பிள்ளைகளின் சராசரி எண்ணிக்கை கருவள விகிதம் (Total Fertility Rate, TFR) எனப்படுகிறது. 1971இல்

இந்தியாவின் கருவள விகிதம் 5.5ஆக இருந்தது. அதாவது, அப்போது ஓர் இந்தியப் பெண்மணி சராசரியாக 5.5 குழந்தைகளைப் பெற்றார். இது 2011இல் 2.54ஆகக் குறைந்தது. இந்த விகிதம் 2.1ஆக இருந்தால், அது பதிலீட்டு விகிதம் (Replacement Rate) எனப்படும். அந்த விகிதத்தில் பிள்ளைப் பேறு நிகழ்ந்தால் மக்கள் தொகை கூடாமலும் குறையாமலும் நிலையாக இருக்கும்.

இந்தியாவின் கருவள விகிதம் குறைந்து வருவது நல்ல செய்தி. ஆனால், இது எல்லா மாநிலங்களிலும் ஒரே மாதிரியாக இல்லை. 2011இல் மேற்குறிப்பிட்ட நான்கு மாநிலங்களில் இது 2.6 முதல் 3.2 ஆக இருந்தது. இது பதிலீட்டு விகிதத்தை (2.1) விட அதிகம்; தேசிய சராசரியை (2.56) விடவும் அதிகம். தென் மாநிலங்களில் இந்த விகிதம் மிகக் குறைவு (1.7 முதல் 1.8).

இதையொட்டி சில ஆய்வாளர்கள் சொல்லும் ஆலோசனை இது: இந்தியாவின் மக்கள் தொகை நிலைபெறும் வரை இப்போதுள்ள நாடாளுமன்ற இடங்களைப் பின்பற்றலாம். அதன் பிறகு, மக்கள் தொகை அடிப்படையில் இடங்களைப் பிரிக்கலாம். இது பிரச்சினையை ஒத்திப்போடுவது மட்டுமல்ல, அப்படி பின்னாளில் மறுவரையறை செய்யும்போது தென் மாநிலங்களின் மக்கள் தொகை மேலும் குறைந்திருக்கும், வட மாநிலங்களின் மக்கள் தொகை மேலும் கூடியிருக்கும். ஆகவே இந்த ஆலோசனையும் நமக்கு உகந்ததன்று.

என்ன செய்யலாம்?

நாம் ஏன் நாடாளுமன்றத்தில் நமது பிரதிநிதித்துவம் குறையக்கூடாது என்று விரும்புகிறோம்? ஏனெனில், நமது அரசமைப்பில் ஒன்றிய அரசிடம்தான் அதிகாரமும் நிதியும் குவிந்து கிடக்கிறது.

தென் மாநிலங்கள் மக்கள் தொகையைப் பரப்புரையால் மட்டும் கட்டுப்படுத்திவிடவில்லை. சிறிய குடும்பங்கள் உருவாக, அது கல்வி சிறந்த சமூகமாக இருக்க வேண்டும். பெண்கள் கல்வியிலும் உழைப்பிலும் உற்பத்தியிலும் பங்கெடுக்க வேண்டும். அப்போது மக்கள் தொகைப் பெருக்கம் மட்டுப்படுவது மட்டுமல்ல, தொழில் பெருகும், பொருளாதாரம் வளரும், வரி வருவாய் கூடும். தமிழகத்தில் அதுதான் நடக்கிறது.

இந்தியாவின் 5.96% மக்களைக் கொண்டுள்ள தமிழகத்தால் நாட்டின் மொத்த உற்பத்தியில் 9% பங்களிக்க முடிகிறது. நாட்டின் 16.51% மக்களைக் கொண்டிருக்கும் உத்தரப் பிரதேசமும் அதே அளவுக்குத்தான்

பங்களிக்கிறது. ஆனால் வரி வருவாயில் தமிழகத்திற்கு 4% வழங்கும் ஒன்றிய அரசு, உத்திரப் பிரதேசத்திற்கு 18% வழங்குகிறது. இது 15ஆவது நிதிக்குழுவின் (XVFC) பங்கீடு. இதன்படி ஒன்றியம் வழங்கும் மொத்த நிதியிலிருந்து பீகார் 10% பெறும். கர்நாடகமும் கேரளமும் முறையே 3.7%, 1.9% நிதியோடு திருப்தியடைய வேண்டும்.

நமது மாநிலங்கள் ஒன்றியத்தின் பங்கீட்டை நம்பியே இருக்கின்றன. ஏனெனில் மாநிலங்களின் நிதி வருவாய் சுருங்கிவிட்டது. அது பிராதானமாக மூன்று வழிகளில் மட்டுமே கிடைக்கிறது. அவை: பத்திரப் பதிவு, மது விற்பனை, பெட்ரோல் வரி ஆகியன. மற்றைய வரிகளெல்லாம் ஒன்றியத்திற்குச் செல்கின்றன. ஒன்றியம் பங்கு வைக்கிறது. அதில் மக்கள் தொகையைக் கட்டுப்படுத்திய, கல்வியிலும் மருத்துவத்திலும் சிறந்து விளங்கும் மாநிலங்கள் தண்டிக்கப்படுகின்றன.

மாறாக, வரி வசூலும் அதைப் பயன்படுத்தும் அதிகாரமும் மாநிலங்களுக்கு வழங்கப்பட்டுவிட்டால் இந்தக் கோரிக்கையின் அழுத்தம் குறையும். பல மேலை நாடுகளில் பாதுகாப்பு, அயலுறவு, ரயில்வே, பேரிடர் நிவாரணம், மானியங்கள் முதலானவை மட்டுமே ஒன்றியத்தின் கட்டுப்பாட்டில் இருக்கின்றன. ஹாங்காங் இன்னொரு எடுத்துக்காட்டு. அது சீனாவின் மாநிலங்களில் ஒன்று, ஆனால் தன்னாட்சியுடன் இயங்குகிறது. நாணயம், குடியுரிமை, நீதித் துறை, வரி வசூல் முதலானவற்றை ஹாங்காங் தனியாகக் கையாள்கிறது. இந்த அயல் நாட்டு மாதிரிகளைப் பரிசீலித்து, இந்தியா தனக்கு இசைவானவற்றை எடுத்துக்கொள்ளலாம்.

மாநிலங்கள் தன்னாட்சி பெறுகிற வரை, நாடாளுமன்றம் இப்போதைய இடப் பகிர்வின் அடிப்படையிலேயே இயங்க வேண்டும். அதுதான் சிறப்பாகச் செயல்பட்டு வரும் தமிழகம் உள்ளிட்ட தென் மாநிலங்களுக்கு அளிக்கப்படும் நீதியாக இருக்கும். அதற்காக அரசியல் சட்டம் திருத்தப்பட வேண்டும். தென் மாநிலங்கள் ஒருங்கிணைய வேண்டும் என்கிற குரல்கள் எழுந்திருப்பதன் பின்னணி இதுதான். அதற்காக ஒன்றிணைந்து குரல் எழுப்ப வேண்டும். அதற்குத் தமிழக முதல்வரின் அனைத்துக் கட்சிக் கூட்டம் தொடக்கமாகட்டும்.

❍ இந்து தமிழ் திசை 5.3.2025

4

வஞ்சிக்கப்படுகின்றனவா தென் மாநிலங்கள்?

"வடக்கு வாழ்கிறது, தெற்கு தேய்கிறது" என்பது அண்ணாவின் முழக்கங்களில் முக்கியமானது. தென் மாநிலங்கள் அப்போதைய ஒன்றிய அரசால் வஞ்சிக்கப்பட்டன என்பது அண்ணாவின் குற்றச்சாட்டாக இருந்தது. காலம் மாறிவிட்டது. இன்று தென் மாநிலங்கள் வளர்ந்து வருகின்றன. ஆனால் அந்த வளர்ச்சியின் காரணமாகவே இப்போதைய ஒன்றிய அரசு தென் மாநிலங்களுக்கு உரிய நிதியை ஒதுக்குவதில்லை. அதாவது வஞ்சனை தொடர்கிறது. இதுதான் இப்போதையக் குற்றச்சாட்டு.

நூறாண்டுகளுக்கு முன்னரே தென்னிந்திய நல உரிமைச் சங்கம் தோற்றுவிக்கப்பட்ட தமிழகத்தில் இந்தக் குரல் ஒலிப்பதில் வியப்பில்லை. எனில், இந்தக் குரல் இப்போது குமரியைக் கடந்து கேரளத்திலும், ஒசூரைக் கடந்து கர்நாடகத்திலும் ஒலிக்கிறது. 2024ஆம் ஆண்டு பிப்ரவரி 7, 8 ஆகிய நாட்களில் கர்நாடகமும், கேரளமும் தலைநகர் தில்லியில் போராட்டமே நடத்தின. ஒன்றிய நிதியமைச்சர் நிர்மலா சீதாராமன் இந்தக் குற்றச்சாட்டை மறுத்தார். எல்லா மாநிலங்களுக்கும் நிதி ஆணையத்தின் (Finance Commission) பரிந்துரையின்படியே நிதி பகிர்ந்தளிக்கப்படுகிறது என்றார் அவர். பரிந்துரையின் கடைசி அட்சரம் வரை நிறைவேற்றப்படுகிறது என்றும் குறிப்பிட்டார். அமைச்சரின் கூற்றை

எந்த மாநில அரசும் மறுத்ததாகத் தெரியவில்லை. அப்படியானால் அவர் பேசியது சரியானது என்றுதானே பொருள்? பிரச்சினை இந்த இடத்தில் முடிந்திருக்க வேண்டுமே? இல்லை, பிரச்சினை இந்த இடத்தில்தான் ஆரம்பமாகிறது.

ஒன்றிய அரசு வரி வருவாயை எவ்விதம் பங்கிடுகிறது? இதற்கு விதி முறைகள் உண்டல்லவா? பின் எவ்விதம் வடக்கின் பங்கு மிகுந்து வருவதாகவும் தெற்கின் பங்கு தேய்ந்து போவதாகவும் தென் மாநிலங்கள் குற்றம் சுமத்துகின்றன?

நமது அரசியலமைப்புச் சட்டத்தின் 280வது பிரிவின்படி ஐந்தாண்டுக்கு ஒரு முறை நிதி ஆணையம் (Finance Commission) நிறுவப்பட வேண்டும். இந்த ஆணையம்தான், ஒன்றிய அரசு மக்களிடமிருந்து வசூலிக்கிற வரி வருவாயை மாநிலங்களுக்கு எவ்விதம் பங்கிட வேண்டுமென்று அறிவுறுத்துகிறது. இது இரண்டு கட்டங்களில் செய்யப்படுகிறது. முதற் கட்டமாக வரி வருவாயிலிருந்து எத்தனை சதவீதம் மாநிலங்களுக்கு ஒதுக்கப்பட வேண்டும் என்று ஆணையம் பரிந்துரைக்கும். இதற்கு செங்குத்துப் பகிர்வு (Vertical Devolution) என்று பெயர். இரண்டாம் கட்டமாக அவ்விதம் ஒதுக்கப்பட்ட நிதியில் ஒவ்வொரு மாநிலத்திற்கும் எவ்வளவு பகிர்ந்தளிக்கப்பட வேண்டும் என்றும் ஆணையம் பரிந்துரைக்கும். இதற்குக் கிடக்கைப் பகிர்வு (Horizontal Devolution) என்று பெயர்.

முதற் கட்டம் – செங்குத்துப் பகிர்வு

13ஆவது நிதி ஆணையம் (2010-15) மாநிலங்களுக்கு ஒதுக்கிய நிதி 32% மட்டுமே. 14ஆவது நிதி ஆணையம் (2015-20) இதை 42%ஆக உயர்த்தியது. இப்போதைய 15ஆவது நிதி ஆணையம் (2020-26, ஆறு ஆண்டுகள்) இதை 41% ஆக்கியது. இதன்படி மாநிலங்களுக்கு 9% கூடுதலாகக் கிடைத்திருக்க வேண்டும். ஆனால் அப்படிக் கிடைக்கவில்லை. ஏன்?

ஒன்றிய அரசு மாநில அரசுகளுடன் பகிர்ந்துகொள்ளத் தேவையற்ற சில 'சிறப்பு வரிகள்' இருக்கின்றன. இவை 'மேல் வரி' (cess), 'கூடுதல் கட்டணம்' (surcharge) என்பன. முன்பெல்லாம் இப்படியான 'சிறப்பு வரி'களை ஆணையத்தின் அனுமதியுடன்தான் விதிக்க முடியும். இப்போது இந்த உரிமையை ஒன்றிய அரசு எடுத்துக்கொண்டுவிட்டது.

கடந்த சில ஆண்டுகளாக இந்தச் 'சிறப்பு வரி'களை ஒன்றிய அரசு அதிகரித்து வருகிறது. அதாவது, வரி வருவாயின் கணிசமான பகுதியை

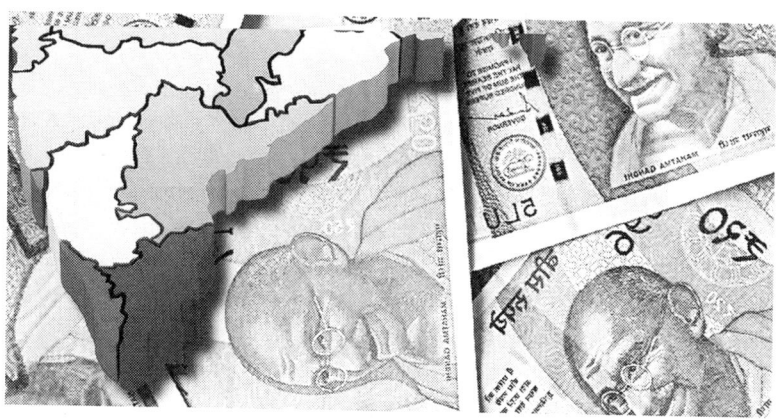

‘சிறப்பு வரிகள்’ என்கிற பெயரின் கீழ் கொண்டு வந்துவிட்டது. 2024-25 நிதியாண்டு மதிப்பீட்டின்படி இந்தச் ‘சிறப்பு வரிகள்’ மொத்த வரி வருவாயில் 23%ஆக இருக்கும். (2011-12இல் இது 10.4%ஆகத்தான் இருந்தது). இந்த வருவாயை ஒன்றியம் மாநிலங்களோடு பகிர்ந்துகொள்ள வேண்டாம். பின் வரும் புள்ளி விவரம் இதை இன்னும் துலக்கமாக்கும்.

2022-23 (மெய்நிலை), 2023-24 (திருத்திய மதிப்பீடு), 2024-25 (நிதிநிலை மதிப்பீடு) ஆகிய நிதியாண்டுகளில் ஒன்றிய அரசின் வரி வருவாய் முறையே ரூ.30.5, ரூ.34.4, ரூ.38.8 லட்சம் கோடிகள் (டிரில்லியன்). இதில் ஒன்றிய அரசு மாநிலங்களுக்குப் பங்கு வைத்ததும் வைக்கவிருப்பதும் முறையே ரூ.9.5, ரூ.11.0, ரூ.12.2 லட்சம் கோடிகள்; சராசரியாக 31% முதல் 32%. (தி இந்து 20.2.2024). அதாவது 13வது ஆணையம் பகிர்ந்தளித்த நிதியின் அளவுதான் இப்போதும் பகிரப்படுகிறது. இப்படியாகத்தான் 15ஆவது நிதி ஆணையம் (XVFC) பரிந்துரைத்த கூடுதல் நிதி மாநிலங்களின் வாய்க்கு எட்டாமல் போனது.

இதையே வேறு வார்த்தைகளில் சொல்வதென்றால், வரி வருவாயில் மாநிலங்களுடன் பகிர்ந்துகொள்ள வேண்டிய நிதி 10% குறைந்தது. அப்படி குறைக்கப்பட்ட வருவாயில் மாநிலங்களுக்கான நிதி 10% கூட்டப்பட்டது. அதற்கு இது சரியாகப் போய்விட்டது!

இது முதற் கட்டம். அடுத்த கட்டம்தான் இப்போது கூடுதல் விவாதத்திற்கு உள்ளாகியிருக்கிறது. அது மாநிலங்களுக்கிடையிலான பகிர்வு.

இரண்டாம் கட்டம்– கிடக்கைப் பகிர்வு

ஒவ்வொரு ஆணையமும் நிறுவப்படும்போது அவை நிதியை எங்ஙனம்

பங்கிட வேண்டும் என்பதற்கான அடிப்படை விதிமுறைகளை (Terms of Reference-ToR) ஒன்றிய அரசுதான் தீர்மானிக்கிறது. 15ஆவது நிதி ஆணையத்திற்கு ஒன்றிய அரசால் வழங்கப்பட்ட விதிமுறைகளில் (ToR) ஒன்றுதான் இப்போதையப் பிரச்சினைகள் பலவற்றுக்கும் ஊற்றுக்கண். 2011ஆம் ஆண்டு மக்கள் தொகைக் கணக்கெடுப்பின் அடிப்படையில் மாநிலங்களுக்கு நிதியைப் பகிர்ந்தளிக்க வேண்டுமென்பதுதான் சர்ச்சைக்குள்ளான அந்த விதிமுறை (ToR). அதற்கு முந்தைய ஆணையங்கள் 1971ஆம் ஆண்டு மக்கள் தொகையைத்தான் கணக்கில் கொண்டன. மக்கள் தொகைக் கட்டுப்பாடு ஒரு பிரதான தேசியக் கொள்கையாக உருவெடுத்த பிற்பாடு அந்த ஆணையங்கள் அமைக்கப்பட்டன என்பதுதான் காரணம்.

கருவள விகிதம்

2011இல் இந்தியாவின் கருவள விகிதம் (Total Fertility Rate, TFR) ஏழு மாநிலங்களில் பதலீட்டு விகிதமான 2.1ஐக் காட்டிலும் அதிகமாக இருந்தது. அவை: பீகார் (3.2), உத்தரப் பிரதேசம் (3.0), மத்தியப் பிரதேசம் (2.7), ராஜஸ்தான் (2.6), ஜார்கண்ட் (2.5), சட்டிஸ்கர் (2.4), அசாம் (2.3). அதே வேளையில் தென்னிந்திய மாநிலங்களில் இந்த விகிதம் 1.7 முதல் 1.8ஆக இருந்தது. (பார்க்க: பக்கம் 28-29). அதாவது 2011இலேயே எல்லாத் தென்னிந்திய மாநிலங்களும் பதிலீட்டு விகிதத்தைவிடக் குறைவான நிலையை எட்டியிருந்தன.

இதை இன்னொரு புள்ளி விவரத்தின் வாயிலாகவும் பார்க்கலாம். 1971இல் இந்திய மக்கள் தொகை 54.8 கோடியாக இருந்தது. 2011இல் இது 121 கோடியாக உயர்ந்தது. 1971இல் மேற்குறிப்பிட்ட ஏழு மாநிலங்களின் மக்கள் தொகை நாட்டின் மொத்த மக்கள் தொகையில் 38.7%ஆக இருந்தது. 2011இல் இந்த விகிதம் 42.4%ஆகக் கூடியது. மறுபுறம், 1971இல் 24.7%ஆக இருந்த தென் மாநிலங்களின் விகிதம், 2011இல் 20.7%ஆகக் குறைந்துவிட்டது. அது இனியும் குறையும்.

தென் மாநிலங்கள் மக்கள் தொகைக் கட்டுப்பாட்டுத் திட்டத்தைத் தீவிரமாக அமல்படுத்தியதுதான் இதற்கெல்லாம் காரணம். கூடவே அவை தம்மின் தம் மக்களின் கல்வியிலும் உடல் நலத்திலும் வேலை வாய்ப்பிலும் கவனம் செலுத்தின. ஆகவே தென் மாநிலங்கள் வளர்ந்து வருகின்றன.

இந்த நிலையில் 2011 மக்கள் தொகையின் அடிப்படையில் நிதி பங்கிடப்பட்டால் மக்கள் தொகையைக் கட்டுக்குள் வைத்திருக்கும் தென்

மாநிலங்கள் தண்டிக்கப்படும் என்பதும், அவ்விதம் கட்டுப்படுத்தாத பல வட மாநிலங்கள் பலன் பெறும் என்பதும் எல்லோருக்கும் தெரிந்தே இருந்தது. ஆகவே மக்கள் தொகையைக் கட்டுப்படுத்திய வளர்ந்த மாநிலங்கள் 15ஆவது நிதி ஆணையத்திடம் முறையிட்டன. அவர்களுக்கு ஆணையம் ஓர் உறுதிமொழி வழங்கியது. 2011 மக்கள் தொகையின் அடிப்படையில் மாநிலங்களுக்குப் புள்ளிகள் வழங்கப்படும். அதே வேளையில், மக்கள் தொகையைக் கட்டுப்படுத்திய மாநிலங்களுக்கு அதற்கேற்ற வகையில் புள்ளிகள் வழங்கப்படும். இரண்டையும் கணக்கில் கொண்டே நிதி பகிர்ந்தளிக்கப்படும். இந்த உறுதிமொழியை தென் மாநிலங்கள் நம்பின. ஆனால் நடந்து வேறு.

எப்படி பகிரப்படுகிறது நம் நிதி?

இந்த இடத்தில் இந்தக் கிடக்கைப் பகிர்வை 15ஆவது நிதி ஆணையம் எவ்விதம் மேற்கொண்டது என்று பார்க்கலாம். ஆணையம் ஆறு அம்சங்களைக் கணக்கில் கொண்டது. அவை:

1. மாநிலங்களின் மக்கள் தொகை- 15%
2. மக்கள் தொகையைக் கட்டுப்படுத்துவதில் மாநிலங்களின் செயல்பாடு- 12.5%
3. வருமான இடைவெளி (Income Distance) அல்லது மிகக் குறைந்த தனிநபர் வருவாயைக் கொண்ட மாநிலத்திற்கு கூடுதல் நிதி- 45%
4. வனம், சுற்றுச்சூழல்- 10%,
5. வரி வசூலில் மாநிலங்களின் திறன்- 2.5%
6. மாநிலங்களின் பரப்பு- 15%.

இதன்படி முதல் அம்சமான மக்கள் தொகைக்கு 15 விழுக்காடும், இரண்டாம் அம்சமான மக்கள் தொகைக் கட்டுப்பாட்டிற்கு 12.5 விழுக்காடும் ஒதுக்கியது ஆணையம். இது ஒரு சமரச ஏற்பாடு என்றுதான் தோன்றும். அப்படித்தான் தென் மாநிலங்கள் கருதின. ஆனால் இரண்டாவது அம்சத்திற்கு எவ்விதம் புள்ளிகள் வழங்கப்பட்டன என்பதில் இருக்கிறது சூட்சுமம்.

ஆணையம் ஒவ்வொரு மாநிலமும் 2011இல் எட்டியிருந்த கருவள விகிதத்தை எடுத்துக்கொண்டது. கூடவே அந்த மாநிலங்களின் 1971ஆம் வருடத்திய மக்கள் தொகையையும் எடுத்துக்கொண்டது. இரண்டாவது எண்ணை முதல் எண்ணால் வகுத்து, அதன் அடிப்படையில் புள்ளிகளை

உருவாக்கியது. இதன்படி மக்கள் தொகையைக் கட்டுப்படுத்திய தமிழகத்திற்கு 10 புள்ளிகளும், அவ்விதம் கட்டுப்படுத்தாத உத்தரப் பிரதேசத்திற்கு 12.3 புள்ளிகளும் கிடைத்தன. கேரளம், கர்நாடகம், ஆந்திரம், தெலுங்கானா ஆகிய மாநிலங்கள் இந்த அடிப்படையில் பெற்ற புள்ளிகள் முறையே 4.6, 6.2, 6.6, 3.6 (XVFC அறிக்கை). அதாவது மக்கள் தொகையைக் கட்டுப்படுத்திய மாநிலங்களுக்குக் குறைவான புள்ளிகளும், அவ்விதம் கட்டுப்படுத்தாத மாநிலங்களுக்குக் கூடுதல் புள்ளிகளும் கிடைத்தன. வெகுமதி என்கிற பெயரில்தான் இந்த அநீதியும் வினோதமும் நடந்தன.

இனி மூன்றாவது அம்சம். வருமான இடைவெளி. இது வருவாய் குறைவான மாநிலங்களுக்குக் கூடுதல் நிதி வழங்குவதற்காக ஏற்படுத்தப்பட்டது. இந்த அம்சத்திற்கு ஏன் கூடுதல் முக்கியத்துவம் நல்கி, 45 விழுக்காடு ஒதுக்க வேண்டும்? இது வளர்ந்த மாநிலங்களைப் பாதிக்காதா என்கிற கேள்விகள் ஒரு புறமிருக்க, இந்த அம்சத்திற்கான பகிர்வை ஆணையம் எங்ஙனம் நடத்தியது என்பது மேலும் அதிர்ச்சி அளிக்கக்கூடியது.

ஆணையம் ஹரியானாவை தரப்படுத்தும் அளவுகோலாக எடுத்துக்கொண்டது. ஹரியானா மாநில உற்பத்தி மதிப்பின் (GSDP) பட்டியலில் மூன்றாவது இடத்தில் இருக்கிறது. சரி. ஹரியானாவின் உற்பத்தி மதிப்பிற்கும் ஒவ்வொரு மாநிலத்தின் உற்பத்தி மதிப்பிற்குமான இடைவெளியை ஆணையம் கணக்கிட்டது. இதுவரை சரி. இப்படிக் கணக்கிட்ட மதிப்பை அந்தந்த மாநிலத்தின் 2011 மக்கள் தொகையால் பெருக்கி, அதிலிருந்து இந்த அம்சத்திற்கான புள்ளிகளை உருவாக்கியது! இந்த அடிப்படையில் உத்தரப்பிரதேசம் 27 புள்ளிகளையும் பீகார் 16 புள்ளிகளையும் பெற்றன. தமிழகம் பெற்றது வெறும் 2 புள்ளிகள். கேரளம், கர்நாடகம், ஆந்திரம், தெலுங்கானா ஆகிய பிற தென் மாநிலங்கள் இந்த அடிப்படையில் பெற்ற புள்ளிகள் முறையே 1, 1, 3, 1 (XVFC அறிக்கை). வருமான இடைவெளி என்கிற இந்த மூன்றாவது அம்சத்திற்குத்தான் கூடுதல் ஒதுக்கீடு (45%) என்பதை நாம் மீண்டும் நினைவூட்டிக்கொள்ள வேண்டும்.

முதல் மூன்று அம்சங்களும் சேர்ந்து 72.5% ஒதுக்கீட்டைத் தீர்மானிக்கின்றன. இவை மூன்றும் மக்கள் தொகை அதிகமுள்ள, அவற்றைக் கட்டுப்படுத்தாத மாநிலங்களுக்குச் சாதகமாக அமைந்தன. இவற்றுக்கான புள்ளிகளை 2011 மக்கள் தொகையின் அடிப்படையில் ஆணையம் அமைத்துக்கொண்டது. இது மக்கள் தொகையை

வெற்றிகரமாகக் கட்டுப்படுத்திய தென் மாநிலங்களுக்குத் தண்டனையாக அமைந்தது. இது தென் மாநிலங்களுக்கு இழைக்கப்பட்ட நம்பிக்கைத் துரோகம் என்றெழுதினார் South vs North: India's Great Divide என்கிற நூலின் ஆசிரியர் வி.எஸ்.நீலகண்டன். யார் எந்தப் பெயர் சொல்லி எப்படி அழைத்தாலும், 2011 மக்கள் தொகையின் அடிப்படையில் ஆணையம் பரிந்துரைத்த விகிதம்தான் அம்பலம் ஏறியது. இதன்படி ஐந்து தென் மாநிலங்களுக்கும் சேர்த்து 13.7% நிதியை ஒதுக்கிய 15ஆவது நிதி ஆணையம், உத்தரப் பிரதேசம் எனும் ஒரு மாநிலத்திற்கு மட்டும் 17.94% நிதியை ஒதுக்கியது. இந்த அடிப்படையில்தான், 2024, பிப்ரவரி 1ஆம் தேதி ஒன்றிய நிதியமைச்சர் தாக்கல் செய்த நிதிநிலை அறிக்கையில், 2024-25ஆம் நிதியாண்டிற்கு ஐந்து தென் மாநிலங்களுக்கும் சேர்த்து ரூ.1,92,722 கோடியும், உத்தரப் பிரதேசத்திற்கு மட்டும் ரூ.2,18,816 கோடியும் ஒதுக்கினார். அதாவது ஐந்து தென் மாநிலங்களும் சேர்ந்து பெறுகிற நிதி, உத்தரப் பிரதேசம் எனும் ஒரு மாநிலம் பெறுகிற நிதியின் 88%ஆக இருக்கும்.

கடைசி மூன்று அம்சங்களும் அதிகப் பரப்பும் அதிக வனங்களுமுள்ள மாநிலங்களுக்கு மட்டுமே சாதகமாக அமைந்தன. ஆதலால், இவற்றை நிதிப் பகிர்விற்கான அளவு கோல்களாகக் கொள்வது முறையன்று. ஆனாலும் அதுதான் நடந்தது.

இதுகாறும் ஆணையத்தின் பரிந்துரைப்படி பகிர்ந்தளிக்கப்படுகிற நிதியில் நிலவும் பாரபட்சத்தைப் பார்த்தோம். இதைத் தாண்டியும் ஒன்றியத்தின் கருவூலத்தில் கணிசமான நிதி இருக்கிறது. அது எவ்விதம் பகிரப்படுகிறது?

நிதி ஆணையப் பகிர்வுக்கு அப்பால்...

வரி வருவாயில் 32% மட்டுமே மாநிலங்களைச் சென்றடைகிறது. எஞ்சிய வருவாயில் ஒரு பகுதியை ஒன்றிய அரசு மானியங்களாகவும் நிவாரணங்களாகவும் திட்டப் பணிகளுக்காகவும் மாநிலங்களுக்கு வழங்குகிறது.

ஒன்றிய அரசு வழங்கும் மானியங்களிலும் பேரிடர் நிவாரணங்களிலும் மாநிலங்களுக்கு மாநிலம் பாரபட்சமான அணுகுமுறை நிலவுவதாக தமிழகம் மட்டுமல்ல, கர்நாடகமும் கேரளமும்கூட குற்றஞ்சாட்டுகின்றன.

மேலும், ஒன்றிய அரசின் திட்டப் பணிகளில் பல கல்வி, மருத்துவம், வேளாண்மை, சமூக நலம் சார்ந்தவை. இதில் ஒவ்வொரு மாநிலத்தின் தேவையும் வேறு வேறானவை. ஒரே மாதிரியைப் பின்பற்றுமாறு எல்லா

மாநிலங்களையும் வற்புறுத்துவது முறையாகாது. மேலும் ஒன்றிய அரசின் திட்டங்களுக்கு மாநில அரசுகளும் கணிசமாகப் பங்களிக்க வேண்டும் என்று வற்புறுத்தப்படுகின்றன. மாநில அரசுகள்தான் மக்களுக்கு அணுக்கமானவை. ஆகவே மாநிலம் சார்ந்த திட்டங்களை மாநில அரசுகளே நிறைவேற்றிக்கொள்வதுதான் சரியாக இருக்கும்.

அடுத்து, தென் மாநிலங்கள் வேகமாக நகர்மயமாகி வருகின்றன. இதன் தொடர்ச்சியாக நகரங்களில் தொழில் பெருக வேண்டும்; உள்கட்டமைப்புகள் மேம்படுத்தப்பட வேண்டும். இதற்கெல்லாம் நிதி வேண்டும்.

ஓர் எடுத்துக்காட்டைப் பார்க்கலாம். சென்னை மெட்ரோ ரயிலின் முதற் கட்டத்தில் 20% திட்டச் செலவை ஒன்றிய அரசு வழங்கியது. இரண்டாம் கட்டம், முதற் கட்டத்தைப் போல் சுமார் மும்மடங்கு பெரியது. பல நாள் கோரிக்கைக்குப் பிறகு அக்டோபர் 2024இல் நிலத்தின் விலை நீங்கலான திட்ட மதிப்பில் 10% வழங்க ஒன்றிய அரசு முன் வந்தது. இந்நிலை தொடர்ந்தால் மதுரை, கோவை, ஆவடி, கிளாம்பாக்கம், அம்பத்தூர் முதலான மெட்ரோ ரயில் திட்டங்களும் தாமதமாகலாம்.

மாநில உரிமை

மாநிலங்களுக்குக் கூடுதல் நிதி ஆதாரமும் அரசியல் அதிகாரமும் வேண்டும் என்று வாதிட்டவர் அண்ணா. 'மத்தியில் கூட்டாட்சி. மாநிலத்தில் சுயாட்சி' என்பது அவரது முழக்கமாக இருந்தது. இப்போது இந்த முழக்கத்தின் வெவ்வேறு வடிவங்களை எல்லாத் தென் மாநிலங்களிலும் கேட்க முடிகிறது.

இப்போதைய நிதிப் பகிர்வு மக்கள் தொகையைக் கட்டுப்படுத்திய தமிழ்நாடு உள்ளிட்ட தென் மாநிலங்களுக்கு ஒன்றியம் வழங்கும் தண்டனையாக அமைகிறது. இந்த பாரபட்சமான பங்கீடு முடிவுக்கு வரவேண்டும். இந்தப் பிரச்சினை 2024 தேர்தல் களத்தில் விவாதத்திற்கு வந்தது. ஆனால் இது ஒரு தேர்தல் பிரச்சினை மட்டுமல்ல. இது தென்னிந்தியர்களின் வாழ்வாதாரப் பிரச்சினை. இந்திய ஒன்றியத்தின் கூட்டாட்சிப் பிரச்சினை.

பல மேலை நாடுகளிலும், சீனா போன்ற கீழை நாடுகளிலும் நிதியும், அதிகாரமும் மாநிலங்களின் தன்னாட்சி உரிமையைப் பாதுகாக்கின்றன (பார்க்க: பக்கம் 30). இந்தியா இந்த அயல் நாட்டு மாதிரிகளிலிருந்து நமக்கு இசைவானவற்றை எடுத்துக்கொள்ளலாம். ஆனால் அதற்கு காலம் பலவாகும். அப்படியானால் நிதிப் பகிர்வில் இப்போது தாழ்ந்து

கிடக்கும் தென் மாநிலங்களின் நிலையை உயர்த்துவதற்கு உடனடியாகச் செய்யக்கூடியவை யாவை?

என்ன செய்யலாம்?

16ஆவது நிதி ஆணையம் (2026-31) நிறுவப்பட்டுவிட்டது. ஒன்றிய அரசு புதிய ஆணையத்திற்கு வழங்கவிருக்கும் விதிமுறைகளில் (ToR) மாநிலங்களுக்குத் தேவையான நிதியை உயர்த்தி வழங்க வகை செய்ய வேண்டும். ஒன்றிய அரசு 'சிறப்பு வரி'களைக் குறைத்து மாநிலப் பங்கீட்டுக்கான நிதியை அதிகரிக்க வேண்டும். மீண்டும் 1971 மக்கள் தொகைக் கணக்கின் அடிப்படையில் வரி வருவாய் பகிர்ந்தளிக்கப்பட வேண்டும். மாநிலங்களுக்கு இடையிலான கிடக்கைப் பகிர்வு முற்றிலும் சீரமைக்கப்பட வேண்டும். அதில் மக்கள் தொகையைக் கட்டுப்படுத்திய மாநிலங்களுக்கு உண்மையான வெகுமதி வழங்கப்பட வேண்டும். வளர்ச்சி குன்றிய, மக்கள் தொகை மிகுந்த மாநிலங்களுக்கு அதிக நிதி வழங்கலாம். அது தென் மாநிலங்களின் வளர்ச்சியைப் பாதிக்காத வகையில் இருக்க வேண்டும். இவைதான் மக்கள் தொகையைக் கட்டுக்குள் கொண்டு வந்திருக்கும், வளர்ச்சிப் பாதையில் முன்னேறி வரும் தென் மாநிலங்களுக்கு ஒன்றிய அரசு செய்யும் நீதியாக இருக்கும்.

○ இந்து தமிழ் திசை 13.2.2024,
○ அருஞ்சொல்.காம் 10.4.2024

5

நிதி ஆணையம் தமிழகத்துக்கு நியாயம் வழங்குமா?

2024, நவம்பர் 18 அன்று 16-வது நிதி ஆணையத்தின் உறுப்பினர்கள் சென்னைக்கு வருகை தந்தனர். அவர்களிடம் தமிழகத்துக்குக் கூடுதல் நிதி ஒதுக்க வேண்டுமென்று தமிழ்நாடு அரசு கேட்டுக்கொண்டது. அதற்கான காரணங்களை விரிவாக விளக்கவும் செய்தது. இந்தச் செய்தி அன்றைய தினம் காட்சி ஊடகங்களிலும், அடுத்த நாள் அச்சு ஊடகங்களிலும் வெளியானது. ஒரு மாநில அரசு அதிக நிதி கேட்பது வழமைதானே என்று சிலர் இதைக் கடந்து போயிருக்கக்கூடும். இந்நாளில் செய்திகள் சமூக வலைதளங்களின் வழியாகத்தான் பலரைச் சென்றடைகின்றன. ஆனால் இந்தத் தளங்களில் தமிழக அரசின் கோரிக்கைக்கு போதிய இடம் கிட்டவில்லை. இதில் சமூக ஊடகர்களைக் குறை சொல்வதற்குமில்லை. அந்த வாரத்தில்தான் கஸ்தூரி கைது, நயன்தாரா-தனுஷ் அறிக்கைப் போர், ஏ.ஆர்.ரஹ்மான் மண வாழ்க்கை போன்ற தலையாய செய்திகளுக்கு அவர்கள் நியாயம் செய்ய வேண்டியவர்களாக இருந்தார்கள். அதே வேளையில், இந்தத் தளத்தில் வெகு சிலர் நிதி ஆணையத்தின் ஒதுக்கீடு தமிழகத்தின் வாழ்வாதாரப் பிரச்சினை என்று சொல்வதையும் கேட்க முடிந்தது. இது அப்படியான பிரச்சினைதானா? இது வெகுமக்களை எந்த அளவிற்கு பாதிக்கும்?

எப்படி நடக்கிறது நிதிப் பகிர்வு?

இப்போது, ஒன்றிய அரசுதான் மூன்றில் இரண்டு பங்கு வரிகளை வசூலிக்கிறது. ஆனால் மூன்றில் ஒரு பங்கு செலவினங்கள்தான் அதன் கீழ் வருகின்றன (பாதுகாப்பு, அயலுறவு, பேரிடர் நிவாரணம் முதலியன). மாறாக மாநிலங்களுக்கு வரி வருவாயில் மூன்றில் ஒரு பங்கே கிடைக்கிறது. ஆனால் அவை மூன்றில் இரண்டு பங்கு செலவினங்களை (சுகாதாரம், கல்வி, சமூகநலம், உள்கட்டமைப்பு, வேளாண்மை, வட்டி முதலியன) எதிர்கொள்கின்றன. இந்தக் கூடுதல் செலவினங்களை நேரிட ஒன்றிய அரசு மாநிலங்களிலிருந்து பெற்ற வரி வருவாயில் ஒரு பங்கை மாநிலங்களுக்கு வழங்குகிறது.

இந்தப் பங்கை நிர்ணயிப்பதுதான் நிதி ஆணையத்தின் பணி. 15ஆவது நிதிக் குழு (2021-26) நிர்ணயித்தபடியே இப்போதைய வரி வருவாய் பகிரப்படுகிறது. 16ஆவது நிதிக் குழு, 2026-31 காலகட்டதிற்கான நிதிப் பகிர்வை நிர்ணயிக்கும். இந்த ஆணையம் தனது அறிக்கையை 2026ஆம் ஆண்டு அக்டோபரில் சமர்ப்பிக்கும்.

முதற் கட்டப் பகிர்வு

நிதிப் பகிர்வு இரண்டு கட்டங்களாக மேற்கொள்ளப்படுகிறது; இதில் முதற் கட்டப் பகிர்வில் 15ஆவது நிதி ஆணையத்தின் பரிந்துரைப்படி மாநிலங்களுக்கு 41% கிடைக்க வேண்டும்; ஆனால் கிடைப்பதில்லை; அதற்கு ஒன்றிய அரசு விதிக்கும் ‘சிறப்பு வரிகள்’தான் காரணம். இவற்றையெல்லாம் முந்தைய கட்டுரையில் பார்த்தோம்.

கடந்த நான்காண்டுகளில் 41% பகிர்வுக்குப் பதிலாக மாநிலங்களுக்கு 33%தான் கிடைத்தது என்று நிதிக் குழுவினரிடம் சுட்டிக்காட்டினார் தமிழக முதல்வர் மு.க.ஸ்டாலின். 2012இல் 10% ஆக இருந்த ‘சிறப்பு வரிகள்’, 2019க்குப் பிறகு 20% வரை உயர்ந்துவிட்டது. இதனால் மாநிலங்களிடையே பகிர்ந்து கொள்ள வேண்டிய நிதி குறைந்தது. மாநிலங்களுக்கான நிதி ஒதுக்கீடும் குறைந்தது. இந்தச் ‘சிறப்பு வரிக’ளுக்கு 10% உச்சவரம்பு விதிக்க வேண்டுமென்று தமிழக அரசு நிதிக் குழுவைக் கோரியிருக்கிறது.

மேலும், சமீப ஆண்டுகளில் ஒன்றிய அரசுக்கு வரி அல்லாத வருவாய் பல வழிகளிலும் வருகிறது. ரிசர்வ் வங்கியின் சேமிப்பு, பொதுத் துறை நிறுவனங்களின் பங்கு விற்பனை, அவற்றிலிருந்து கிடைக்கும் ஈவுத் தொகை முதலியன. இவற்றையும் மாநிலங்களோடு பகிர்ந்துகொள்ள வேண்டுமென்று கோரியிருக்கிறது தமிழக அரசு. இதற்கு அரசியல் சட்டத் திருத்தம் வேண்டி வரும்.

இப்போதுள்ள 41% வரிப் பகிர்வை 50%ஆக உயர்த்த வேண்டுமென்பது தமிழக அரசின் கோரிக்கைகளில் முதன்மையானது. பல மாநில அரசுகள் இதே கோரிக்கையை முன் வைத்த போதும் தமிழக அரசுதான் இதைக் காரண காரியங்களோடு வாதிட்டது என்று பாராட்டினார் நிதி ஆணையத்தின் தலைவர் டாக்டர் அரவிந்த் பனகாரியா.

இரண்டாம் கட்டப் பகிர்வு

நிதிப் பகிர்வின் இரண்டாம் கட்டமாக ஒவ்வொரு மாநிலத்திற்கும் எவ்வளவு நிதி பகிர்ந்தளிக்கப்பட வேண்டும் என்றும் நிதிக் குழு பரிந்துரைக்கும்; இதற்கான அடிப்படையாக, 6-வது நிதிக் குழு (1974-79) முதல், 14-வது நிதிக் குழு (2015-20) வரை, 1971ஆம் ஆண்டின் மக்கள் தொகையே கணக்கில் கொள்ளப்பட்டது. மக்கள் தொகைக் கட்டுப்பாடு ஒரு தேசியக் கொள்கையாக முன்னெடுக்கப்பட்ட 1970க்குப் பிறகு, மக்கள் தொகையைக் கட்டுப்படுத்திய மாநிலங்கள், குறிப்பாகத் தென் மாநிலங்கள், பாதிக்கப்படாமல் இருப்பதற்காகவே இந்த ஏற்பாடு.

ஆனால் 15-வது நிதி ஆணையம் (2021-26), ஒன்றிய அரசின் அறிவுறுத்தலின் (Terms of Reference-ToR) பேரில் 2011 மக்கள் தொகையை அடிப்படையாக எடுத்துக்கொண்டது; மேலதிகமாக அந்த நிதி ஆணையம், பகிர்வுக்கு அடிப்படையாகக் கொண்ட அம்சங்கள் தென் மாநிலங்களுக்கு தீங்கிழைத்தன.

16-வது நிதி ஆணையத்திற்கான அறிவுறுத்தலில் (ToR) எந்த ஆண்டு மக்கள் தொகையின் அடிப்படையில் நிதி பங்கிடப்பட வேண்டும்

என்பதை இப்போதைய ஒன்றிய அரசு குறிப்பிடவில்லை. 1974 முதல் 2020 வரை அப்போதைய ஒன்றிய அரசுகள் 1971 மக்கள் தொகையின் அடிப்படையில் நிதி பகிரப்பட வேண்டுமென்று அறிவுறுத்தின. 6-ஆவது முதல் 14-ஆவது வரையிலான நிதி ஆணையங்கள் அதைப் பின்பற்றின. 15-ஆவது நிதி ஆணையம் 2011 மக்கள் தொகையை அடிப்படையாகக் கொண்டமைக்கு ஒன்றிய அரசின் அறிவுறுத்தலே காரணம்.

இப்போது இந்த முதன்மையான அம்சத்தை ஒன்றிய அரசு தனது அறிவுறுத்தலில் குறிப்பிடவில்லை. இதன் பின்னணியில் அரசியல் நோக்கம் இருப்பதாக சில அரசியல் ஆய்வாளர்கள் அஞ்சுகின்றனர். எந்த ஆண்டின் மக்கள் தொகையைக் கணக்கில் எடுத்துக்கொள்வது எனபது இப்போது 16-வது நிதி ஆணையத்தின் கைகளில் இருக்கிறது. அது ஒரு வேளை வட இந்திய மாநிலங்களுக்குச் சாதகமாக 2011 மக்கள் தொகையைக் கணக்கில் கொண்டால், 'அது நிதி ஆணையத்தின் முடிவு, நாங்கள் செய்வதற்கு ஒன்றுமில்லை' என்று ஒன்றிய அரசு கை கழுவிவிடக்கூடும் என்பதுதான் இந்த ஆய்வாளர்களின் அச்சம். இந்தச் சூழலில், தமிழக அரசு எந்த ஊகத்திற்குள்ளும் புகாமல், நேர்மறையாக 16-வது நிதி ஆணையத்திடம் 1971 மக்கள் தொகையை அடிப்படையாகக் கொள்ள வேண்டுமென்று கோரியது.

சமச்சீர் பரிந்துரை

தமிழக அரசு, தனது கோரிக்கையில் தமிழகத்தோடு வேறு எந்த மாநிலத்தையும் ஒப்பிட்டு நிதிப் பகிர்விலுள்ள ஏற்றத்தாழ்வை எடுத்துக்காட்டவில்லை. மாறாக 9-வது நிதி ஆணையம் தமிழகத்திற்குப் பரிந்துரைத்த 8% பங்கீடு, படிப்படியாகக் குறைந்து,15-வது நிதி ஆணையத்தில் 4%ஆக வீழ்ந்துவிட்டதைச் சுட்டிக்காட்டியது. ஆகவே இதைச் சீராக்க வேண்டியதன் நியாயங்களையும் வற்புறுத்தியது. கூடவே வரிப் பகிர்வினை முறைப்படுத்தச் சமச்சீரான அணுகுமுறை தேவை என்றும் வலியுறுத்தியது.

அதற்காகப் பின்வரும் ஐந்து அம்சங்கள் அடங்கிய பகிர்வினை முன்மொழிந்தது:

1. மாநிலங்களின் மக்கள் தொகை (1971) - 20%;
2. மக்கள் தொகையைக் கட்டுப்படுத்துவதில் மாநிலங்களின் செயல்பாடு - 20%;
3. வருமான இடைவெளி - 35%;

4. நாட்டின் பொருளாதாரத்திற்கு மாநிலத்தின் பங்களிப்பு - 15%;

5. நகரமயம் - 10%.

மேலும், தமிழ்நாடு சந்தித்து வரும் மூன்று சவால்களைக் குறிப்பிட்டார் முதல்வர். முதலாவதாக, கடந்த சில ஆண்டுகளாக தமிழ்நாடு எதிர்கொண்டு வரும் இயற்கைப் பேரிடர்கள், அது தொடர்பான நிவாரணப் பணிகள்; இரண்டாவதாக, தமிழகத்தில் பிள்ளைப் பேறு குறைந்து வருவதால் கூடி வரும் முதியோரின் எண்ணிக்கை, அது தொடர்பான சமூகநலத் திட்டங்கள்; மூன்றாவதாக, தமிழகம் வேகமாக நகர்மயமாகி வருகிறது, அது தொடர்பான உள்கட்டமைப்புச் செலவினங்கள்.

தமிழகத்தின் கோரிக்கை சிறப்பாக எடுத்துரைக்கப்பட்டது என்று பாராட்டியது நிதி ஆணையம். தமிழகம் போன்று வளர்ந்து வரும் மாநிலங்களுக்கு நிதியைக் குறைத்து வளர்ச்சி குன்றிய மாநிலங்களுக்கு மடை மாற்றும் போக்கு நாட்டின் ஒட்டுமொத்த வளர்ச்சியையும் பாதிக்கும். இதை நிதி ஆணையம் உறுப்பினர்கள் அறியாதவர்கள் அல்லர். மக்கள் தொகை மிகுந்த, வளர்ச்சி குன்றிய மாநிலங்களுக்கு நிதி ஒதுக்கும் அதே வேளையில், மக்கள் தொகையை மட்டுப்படுத்திய வளர்ந்து வரும் தமிழகம் போன்ற மாநிலங்களுக்கு போதிய நிதிப் பகிர்வை 16-வது நிதி ஆணையம் பரிந்துரைக்கும் என்று நம்புவோம். நம்புவதேடு நில்லாமல், தமிழகத்தின் அனைத்து அரசியல் கட்சிகளும் சமூக இயக்கங்களும் சமச்சீர் நிதிப் பகிர்விற்கான நியாயங்களை மக்கள் மன்றத்தில் தொடர்ந்து வலியுறுத்த வேண்டும். நட்சத்திரங்கள் தொடர்பான வம்புகளைவிட நிதிப்பகிர்வு முக்கியமானது என்பதை சமூக ஊடகர்கள் உணர வேண்டும். அச்சு, காட்சி ஊடகங்களும் இதைக் குறித்து தொடர்ந்து விவாதிக்க வேண்டும். அப்போது மக்கள் கருத்து திரளும். அதை 16-வது நிதி ஆணையமும் அறியும். அது நியாயமான பகிர்விற்கு வழி வகுக்கும்.

○ இந்து தமிழ் திசை 4.12.2024

6

பற்றிப் படரட்டும் கல்வித் தீ

வில்லியம் ஈட்ஸ் ஓர் அறியப்பட்ட ஐரிஷ் கவி. சில காலம் முன்பு ஒரு கல்லூரிச் சுவரில் அவரது மேற்கோள் ஒன்றைக் கண்டேன். மனதில் பதிந்து விட்டது. 'கல்வி என்பது வாளியில் நிரப்பப்படும் நீரல்ல; அது பற்றவைக்கப்படும் பெரு நெருப்பு.' கல்வி தேங்கி நிற்காது; அது தீயாய்ப் பரவும். இதுதான் கவிக்கூற்று. கல்வி மட்டுமில்லை; கல்வி சிறந்த சமூகத்தில் கல்வியை ஒருவர் பழித்துப் பேசினால் அதற்கான எதிர்வினையும் தீயாய்ப் பரவும். இதை அக்டோபர் 2023இல் நடந்த ஒரு 'பிக் பாஸ்' தொலைக்காட்சி நிகழ்ச்சியில் பார்க்க முடிந்தது. ஓர் இளம் பெண் அவருக்கு வசப்படாத கல்வியைப் பழித்தார். போகட்டும். ஆனால் அறையில் இருந்த ஓர் எழுத்தாளரும் அதை வழி மொழிந்தார். வாசிப்பை முன்வைத்து இயங்கும் ஒருவர் வாசிப்பையே இகழ்வதா? சமூக ஊடகர்கள் இந்த நிகழ்வைக் கருணையோடு கடந்து போகத் தயாராக இல்லை. அவர்கள் எதிர்க்குரல் எழுப்பினர். அது கடுமையாக இருந்தது. தீயாய்ப் பரவியது.

இதில் வியப்படைய ஒன்றுமில்லை. கடந்த 60 ஆண்டு காலத்தில் தமிழகத்தில் ஆட்சியாளர்கள் மாறினார்கள். ஆனால் 'அனைவருக்கும் கல்வி' எனும் இலக்கு மாறவில்லை. மதிய உணவு, இருமொழிக்

கொள்கை, சத்துணவு, முட்டை, சமச்சீர்க் கல்வி, கணினிப் பயிற்சி, செயல்வழிக் கற்றல் பாடநூல், சீருடை, முதுகுப்பை, காலணி, பஸ் பாஸ், சைக்கிள், மடிக்கணினி, நாப்கின், தொழிற்கல்வியில் உள் ஒதுக்கீடு, இல்லம் தேடிக் கல்வி, காலை உணவு என்று செங்கல் செங்கலாக அடுக்கி வைத்துக் கட்டப்பட்டு வருகிறது தமிழ்நாட்டின் கல்வி மாளிகை. சமூக ஊடகங்களில் எதிர்க்குரல் எழுப்பியவர்கள் இந்தக் கல்வி முறையின் பலனைத் துய்த்தவர்கள். பலரும் முதல் தலைமுறைப் பட்டதாரிகள். கல்வியின் மேன்மையை நன்கறிந்தவர்கள்.

கல்வியைப் பழித்தவர்கள் சில வாதங்களை முன்வைத்தார்கள். காமராஜரும், கலைஞரும் எந்தக் கல்லூரியில் படித்தார்கள்? அவர்கள் நாடாளவில்லையா? எட்டாம் வகுப்பைக்கூட எட்டாதவர்தானே கமலஹாசன்? திரையுலகில் அவர் எட்டிய உயரங்கள் எத்தனை? புதுமைப்பித்தன் என்ன பி.எச்.டி படித்தாரா? தமிழ்ச் சிறுகதைகளில் ஒரு முன்னோடி என்று அவர் போற்றப்படுகிறாரே?

படித்துச் சாதித்தவர் கோடி

இந்தக் கேள்விகளுக்கு பிறிதொரு நிகழ்வில் மு.க.ஸ்டாலின் பதிலளித்திருந்தார். 2022 ஜூன் மாதம் பள்ளிகள் திறக்கப்பட்ட அன்று பள்ளிப் பிள்ளைகளிடம் உரையாற்றிய முதல்வர் சொன்னார்:

"கல்வி மட்டும்தான் நம் வாழ்க்கைத் தரத்தை முன்னேற்றும். மாறாக, படிக்காமல் சாதித்த ஒருவரை யாராவது எடுத்துக்காட்டாகக் காட்டினால், அதற்கு இணையாகப் படித்துச் சாதித்தவர்கள் லட்சம் பேரை நாம் காட்டமுடியும்! 'படிக்காமலே சாதிக்கலாம்' என்று யாராவது சொன்னால், அது தன்னம்பிக்கை ஊட்டுவது அல்ல; அது வெறும் ஆசை வார்த்தை! இவர்களெல்லாம் படித்து முன்னேறுகிறார்களே என்ற எரிச்சலில் தவறான பாதையை கை காட்டும் சூழ்ச்சி அது!".

சமூக ஊடகங்களில் இந்தக் குரலைப் பலரும் எதிரொலித்தார்கள். ஓர் ஊடகர் 'பிழைத்தவர்களின் சார்பு' (survivorship bias) என்கிற தத்துவத்தைப் பொருத்திக்காட்டினார். எட்டாம் வகுப்பு வரை மட்டுமே படித்தவர்களில் வெற்றி ஈட்டியவர்கள் 0.01%தான் இருப்பார்கள். அவர்கள்தான் நம் கண்ணிற்குத் தெரிவார்கள். ஆனால் எட்டாம் வகுப்பு மட்டுமே படித்தவர்களில் வாய்ப்புகளை இழந்தவர்கள்தான் மீதி 99.99% பேர். அவர்கள் நம் கண்ணில் படமாட்டார்கள். வெளிச்சத்திலிருக்கும் ஆகச் சிறுபான்மையினரை உயர்த்திப் பிடிப்பதுதான் இந்தத் தத்துவம். இது தவறானது. ஆபத்தானது.

படித்துப் பட்டம் பெறுவதன் அவசியத்தை இந்த உரையாடலில் பலரும் வலியுறுத்தினார்கள். அது சரியானது. வாழ்க்கையில் முன்னேற அவசியமானது. அதே வேளையில் படிப்பு என்பது கல்விச் சாலைகளோடு முடிந்து விடுவதில்லை. மாறாக அது வாழ்நாள் முழுமைக்கும் தொடர வேண்டியது. மேற்கூறிய ஆளுமைகள் பள்ளிப் படிப்பைத் தாண்டாதவர்களாக இருக்கலாம். ஆனால் அவர்கள் கல்வியைப் பழித்தவர்களல்லர். மாறாகப் போற்றியவர்கள். தொடர்ந்து படித்துக்கொண்டே இருந்தவர்கள். அதன் மூலம் தங்களைப் புதுமைப்படுத்திக்கொண்டே இருந்தவர்கள்.

ஆளுமைகள் கற்ற கல்வி

கலைஞர் 67 திரைப்படங்களுக்கு உரையாடல் எழுதியவர். 12 நாவல்கள், 15 நாடகங்கள், 46 சிறுகதைகள், 200க்கும் மேற்பட்ட கவிதைகள் எழுதியவர். அவர் உடன்பிறப்புக்கு எழுதிய கடிதங்கள் மட்டும் 7000ஐத் தாண்டும். திருக்குறளுக்கும், தொல்காப்பியத்திற்கும் உரை எழுதியவர். தனது வாழ்நாளின் மாலைப்பொழுதில் கலகக்காரரான இராமனுஜரின் வரலாற்றைத் தொலைக்காட்சித் தொடராக எழுதியவர். அவர் எழுதிக்கொண்டே இருந்தார். ஆகவே கற்றுக்கொண்டே இருந்தார்.

காமராஜரைப் பற்றிய ஒரு நினைவை இந்த இடத்தில் பகிர்ந்துகொள்வது பொருத்தமாக இருக்கும். இதைச் சொன்னவர் குமரி அனந்தன். அவர் காந்தி காமராஜ் தேசிய காங்கிரஸ் என்கிற கட்சியைத் தொடங்கியிருந்த நேரம். எங்கள் கல்லூரி தமிழ் மன்றத்திற்கு வருகை தந்தார். கேட்டாரைப் பிணிக்கும் அவரது உரைக்குப் பிறகு கல்லூரி முதல்வரின் அறையில் ஒரு தேநீர் விருந்து நடந்தது. அப்போது ஒரு பேராசிரியர், இந்தி தெரியாமலேயே காமராஜரால் காங்கிரஸ் கட்சியின் அகில இந்தியத் தலைவராகத் திகழ முடிந்ததே என்று வியந்தார். குமரி அனந்தன் மெல்லிய புன்முறுவலுடன் பதிலளித்தார். பெருந்தலைவருக்கு

இந்தி தெரியும், ஆங்கிலமும் தெரியும். ஆனால் பொதுவெளியில் தமிழில் மட்டுமே பேசினார். தனது இந்தியும், ஆங்கிலமும் பொதுவெளியில் பயன்படுத்தும் தரத்தில் இல்லை என்று அவர் கருதியிருக்கலாம். எனக்கு வியப்பாக இருந்தது. காமராஜர் கற்றுக்கொண்டே இருந்திருக்கிறார்.

அடுத்து, கமலஹாசன். திரைத்துறையில் அவர் சாதித்தவை அநேகம். அதுவே அவர் புகழுக்குக் காரணம். எனில், அவர் ஒரு தீவிரமான வாசகருங்கூட. சென்னைப் புத்தகக் காட்சிகளின் போது தமிழின் தலை சிறந்த நூல்களை அவர் பரிந்துரைக்கிறார். அந்த நூல்கள் பரவலாக வாசிக்கப்படுகின்றன.

அடுத்து, புதுமைப்பித்தன். கல்விப்-பழிப்பாளர்கள் சொன்னது போல் அவர் பி.எச்.டி பட்டம் பெற்றவரல்லர். ஆனால் பி.ஏ பட்டம் பெற்றவர். அவர் ஆங்கிலத்தில் சரளமாக படிக்கவும், எழுதவுமான ஆற்றலைப் பெற்றிருந்தார். தம் சொந்தக் கதைகளுக்குச் சற்றும் குறையாத அளவிற்கு பன்னாட்டுப் படைப்புகளை மொழிபெயர்த்தவர்.

மணற்கேணி

வாழ்நாளெல்லாம் கற்றல் என்பது ஆளுமைகளுக்கு மட்டுமல்ல; நம் எல்லோருக்குமானது. பல மேலை நாடுகளிலும் வளர்ச்சியடைந்த கீழை நாடுகளிலும் மருத்துவம், பொறியியல், சட்டம் முதலான தொழிற்துறைகளில் பணியாற்றுவோர் தங்கள் தொழில் சார்ந்த கழகங்களில் அங்கத்தினர்களாக வேண்டும். அந்த அங்கத்துவத்தை ஆண்டுதோறும் புதுப்பிக்கவும் வேண்டும். அப்போது முந்தைய ஆண்டில் தொழில் சார்ந்து எத்தனை மணி நேரம் கற்றோம் என்கிற விவரத்தைச் சமர்ப்பிக்க வேண்டும். இதற்குத் தொடரும் தொழிற்கல்வி மேம்பாடு (*Continuing Professioanl Development - CPD*) என்று பெயர். கருத்தரங்குகள், களப்பயிற்சிகள், தொழில் ரீதியான சஞ்சிகைகள் போன்றவை இந்தத் தொடர் கல்விக்கான சாளரங்களாக அமையும். இதனால் கல்விப் புலத்திலும், தொழிற் களத்திலும் நிகழும் முன்னேற்றங்களை அவர்களால் அறிந்துகொள்ள முடியும். தொடர் கல்வியால் தொட்டனைத்து ஊறும் மணற்கேணி போல் அறிவு பெருகும்.

வள்ளுவரின் இந்தக் கூற்றுக்கு இந்தக் கட்டுரையின் முதல் பத்தியில் இடம்பெறும் மேற்கோளே சான்றாக அமைந்துவிட்டது. என் நினைவில் தங்கியிருந்த மேற்கோளைச் சரிபார்க்க கூகுளை விரித்தேன். எண்ணற்ற தளங்களின் சுட்டிகள் வரிசை கட்டி நின்றன. சில மேற்கோளுக்கு விளக்கமளித்தன. சில தளங்களில் மேற்கோள் அழகுற எழுதப்பட்டிருந்தது,

அவற்றைத் தரவிறக்கி அச்சடித்துக் கொள்ளலாம். இன்னும் சில அறிவார்ந்த தளங்களைத் திறந்தபோதுதான் அந்த உண்மை தெரிந்தது. இந்தக் கூற்றுக்கு உரிமையாளர் வில்லியம் ஈட்ஸ் அல்லர். அவரது அனைத்துப் படைப்புகளையும் அலசி இந்த முடிவுக்கு வந்திருந்தனர் ஆய்வாளர்கள். வாட்சப்பில் பல கதைகளும் மேற்கோள்களும் ஏதேனும் ஒரு பிரபலத்தின் பெயரோடு இணைக்கப்பட்டு வலம் வருவதைப் பார்க்கிறோம். அப்படி யாரோ ஒருவர் மேற்படிக் கூற்றையும் ஈட்ஸையும் இணைத்துவிட்டார். கூற்றில் வெம்மை இருக்கிறது. கவிக்குப் புகழ் இருக்கிறது. ஆகவே அவை ஒட்டிக்கொண்டன. ஆனால் அறிவுத் தேடலில் உண்மைகள் வெளிவரும்.

நமது பிள்ளைகள் கல்வி எனும் பந்தத்தை ஏந்த வேண்டும். அந்த நெருப்பில் அவர்கள் அறிவு விசாலமாகும். பொய்மைகள் பொசுங்கும். சுயமரியாதை வளரும். வாழ்க்கைத் தரம் உயரும். கல்விச் சாலைகளிலிருந்து வெளியேறிய பின்னரும் அவர்கள் அந்தப் பந்தத்தை கைவிடலாகாது. கல்வி எனும் நெருப்பு நம் ஒவ்வொருவரின் வாழ்நாள் முழுமையும் பற்றிப் படர வேண்டும்.

○ **இந்து தமிழ் திசை 26.10.23**

7

சமூகம்

இந்தியா முன்னேற 70 மணி நேரம் உழைக்க வேண்டுமா?

சமூக வலைதளங்களிலும் ஊடகங்களிலும் பேசுபொருளாகியிருக்கிறார் இன்போசிஸ் நிறுவனர் நாராயணமூர்த்தி. அவர் ஒரு நேர்காணலில், இந்திய இளைஞர்கள் வாரத்திற்கு 70 மணி நேரம் உழைக்க வேண்டும் என்று பேசியதுதான் சர்ச்சைக்குக் காரணம். "நமது இளைஞர்களின் செயல்திறன் குறைவாக இருக்கிறது. இதை மாற்ற முடியும். அதற்கு ஒவ்வொரு இளைஞனும், 'இந்திய நாடு என் நாடு. இதை நான் முன்னேற்றுவேன். அதற்காக வாரத்துக்கு 70 மணி நேரம் உழைப்பேன்' என உறுதிமொழி எடுத்துக்கொள்ள வேண்டும்" - இதுதான் அவரது பேச்சின் சாரம். அவர் பேசியது சரியா?

உடல் நலமும் மன நலமும்

நாராயணமூர்த்தி சொல்வது போல் உழைத்தால், வாரத்தில் ஆறு நாட்கள், ஒவ்வொரு நாளும் 12 மணி நேரம் வேலை பார்க்க வேண்டும். பொதுவாகவே ஒருவர் ஏழு மணி நேரமேனும் உறங்க வேண்டும். மேலும், காலைக் கடன்களை கழிக்காமல் தீராது. உண்ணவும் உடுக்கவும், நகர நெரிசலில் பணியிடத்திற்குப் போகவும் வரவும், இவை எல்லாவற்றுக்குமாக மூன்று மணி நேரமாவது தேவைப்படும். எஞ்சுவது இரண்டு மணி நேரம். இந்திய இளைஞர்கள் இந்த இரண்டு

மணி நேரத்தைத் தங்களுக்காகவும் தங்கள் குடும்பத்தாருக்காகவும் தாராளமாகச் செலவிட்டுக்கொள்ளலாம் என்று இன்னொரு தொழிலதிபர் ‘பெருந்தன்மையாக’ப் பேசினால் நாம் வியப்படைய வேண்டியதில்லை.

இப்படி அதிக நேரம் உழைத்தால் என்னவாகும்? மருத்துவர்கள் பதில் சொல்கிறார்கள். இதய நோய் வரும், மன அழுத்தம் அதிகரிக்கும், கவலை மிகும், பதற்றம் கூடும், ஆள்கூட்டத்தில் தனியாளான உணர்வு ஏற்படும், சாதிக்கும் மனநிலை குறையும், உறக்கம் கெடும். இவை எல்லாமுமாகப் பணியிடத்தில் வேலையையும் வீட்டில் உறவுகளையும் பாதிக்கும்.

பாதிப்புகள் இன்னும் இருக்கின்றன. உணவு நேரம் பிறழும்; துரித உணவு பழக்கமாகும், விளைவாக உடல் பருக்கும். உடற்பயிற்சி குறையும் அல்லது இல்லாமலாகும்; விளைவாக தசையும் எலும்பும் வலுவிழக்கும். ஆகவே இந்த அதீத வேலைப்பளு உடலையும் மனத்தையும் அரித்துவிடும்.

போரும் புனர்வாழ்வும்

இந்திய இளைஞர்கள் ஏன் 70 மணி நேரம் உழைக்க வேண்டும் என்பதற்கு நாராயணமூர்த்தி இரண்டு பன்னாட்டு உதாரணங்களை மேற்கோள் காட்டினார்.

முதலாவதாக, ஜப்பானும் ஜெர்மனியும் இரண்டாம் உலகப் போரின் தோல்வியிலிருந்து மீண்டு வந்ததற்கு அந்நாட்டு மக்கள் அதிக நேரம் உழைத்ததுதான் காரணம் என்றார் நாராயணமூர்த்தி. ஏடறிந்த வரலாற்றில்

இந்த பூமி சந்தித்த ஆகப் பெரிய பேரழிவு இரண்டாம் உலகப் போர். மாண்டவர்களின் எண்ணிக்கை எட்டு கோடி இருக்கலாம். இது தமிழகத்தின் இப்போதைய மக்கள்தொகையைவிட அதிகம். தகர்ந்த கட்டிடங்களும் சாலைகளும் பாலங்களும் துறைமுகங்களும் கணக்கிடலங்கா. தோல்வியடைந்த நாடுகள் மட்டுமல்ல, வெற்றி பெற்ற நாடுகளில் சோவியத் ஒன்றியம், பிரிட்டன், பிரான்ஸ், சீனா முதலான நாடுகளும் தத்தமது இழப்புகளின் சாம்பல் துகள்களிலிருந்தும் புழுதியிலிருந்தும் மீட்டுருவாக்கப்பட்டவைதான். அப்படி ஒரு நெருக்கடியான காலகட்டத்தில் இப்போது இந்தியா இருக்கிறது என்கிறாரா நாராயணமூர்த்தி?

மேலும், ஜப்பானும் ஜெர்மனியும் புனர் நிர்மாணிக்கப்பட்ட பயணத்தில் பல படிகள் உண்டு. இரண்டாம் உலகப் போரில் குறைவான பாதிப்புக்கு உள்ளான அமெரிக்கா, இந்த இரண்டு நாடுகளுக்கும் தாராளமாக உதவியது; பல தொழில்நுட்பங்களையும் வழங்கியது. இவ்விரு நாடுகளும் முறையே ஏகாதிபத்தியத்தையும் நாசிசத்தையும் கைவிட்டன; உலக நாடுகளோடு இணக்கத்தைக் கடைப்பிடித்தன. 1945-க்குப் பிறகு இவை இதுகாறும் நேரடி யுத்தத்தில் ஈடுபடவில்லை; அணு ஆயுதம் தயாரிக்கவில்லை. இரண்டு நாடுகளிலும் பொருளாதாரச் சீர்திருத்தங்கள் மேற்கொள்ளப்பட்டன. பல்வேறு தொழில்கள் தொடங்கப்பட்டன. இவையெல்லாம் முக்கியமான காரணங்கள்.

அப்படியானால் மக்கள் உழைக்கவில்லையா? நிச்சயமாக உழைத்தார்கள். கடுமையாக உழைத்தார்கள். ஆனால் நாளொன்றுக்கு 12 மணி நேரம் உழைக்கவில்லை. '*Our World in Data*' என்கிற அறிவியல் ஆய்விதழ் தரும் அறிக்கையின்படி 1951இல் இவ்விரு நாடுகளின் தொழிலாளர்கள் நாளொன்றுக்கு 8.3 முதல் 9 மணி நேரம் உழைத்தார்கள் (கவனிக்க, 12 மணி நேரம் அல்ல!). அதே அறிக்கையின்படி 2019ஆம் ஆண்டில் அவர்களது உழைக்கும் நேரம் 5.3 முதல் 6 மணி நேரமாகக் குறைக்கப்பட்டுவிட்டது. அதுமட்டுமல்ல, வேலைநேரம் குறைக்கப்பட்ட பின்னர் அவர்களது செயல்திறன் பல மடங்கு கூடியது என்பதையும் அறிக்கை கவனப்படுத்துகிறது. தங்கள் உழைப்பின் மூலமாக ஒவ்வொரு மணி நேரத்திற்கும் தொழிலாளர்கள் மொத்த உள்நாட்டு உற்பத்திக்கு (GDP) வழங்கும் பங்களிப்பின் வாயிலாக இந்தச் செயல்திறன் கணக்கிடப்படுகிறது. 1951இல் தங்கள் உழைப்பின் வாயிலாக இவ்விரு நாடுகளின் தொழிலாளர்களின் பங்களிப்பு மணிக்கு வெறும் 5 டாலராக இருந்தது. 2019இல் இது ஜப்பானில் 43 டாலராகவும், ஜெர்மனியில் 69 டாலராகவும் அதிகரித்துவிட்டது. அதாவது உழைக்கும் நேரம் குறைந்தது;

ஆனால் செயல்திறன் கூடியது. ஆகவே நாராயணமூர்த்தி செல்வது போல் கூடுதல் உழைப்பும் செயல்திறனும் நேர் விகிதத்தில் இல்லை.

இதே அறிக்கை, 2019இல் இந்தியத் தொழிலாளர்கள் சராசரியாக 8 மணி நேரம் உழைத்ததாகவும், இந்தக் காலகட்டத்தில் உள்நாட்டு உற்பத்தியில் அவர்களின் பங்களிப்பு மணிக்கு 9 டாலராக மட்டுமே இருந்ததாகவும் கணித்திருக்கிறது. மாறாக, ஜெர்மனியும் ஜப்பானும் செயல்திறனில் சிறந்து விளங்குகின்றன. எப்படி? அவை உற்பத்தி முறைகளை நவீனமாக்கின; தொழிலாளர் திறனை மேம்படுத்தின. நாமும் அந்த வழிமுறைகளைத்தான் பின்பற்ற வேண்டும். அதிக நேர உழைப்பு என்பது செயல்திறனைக் கூட்டிவிடாது.

சீனாவும் இந்தியாவும்

இரண்டாவதாக, நாராயணமூர்த்தி சொன்ன பன்னாட்டு உதாரணம் சீனா. நமது இளைஞர்கள் 70 மணி நேரம் உழைத்தால்தான் நாம் சீனாவோடு போட்டியிட முடியும் என்றார் அவர். சீனா இன்று உலகின் தொழிற்சாலையாக விளங்குகிறது. சீனாவைப் போலவே இந்தியாவும் மனிதவளம் மிக்க நாடு; சீனாவோடு போட்டியிடும் எல்லாத் தகுதிகளும் கொண்டது. ஆனால் இன்று சீனாவின் பொருளாதாரம் நம்மைவிட சுமார் ஐந்து மடங்கு பெரியதாக இருக்கிறது. பன்னாட்டு நாணய நிதியத்தின் (IMF) மதிப்பீட்டின்படி சீனாவின் மொத்த உள்நாட்டு உற்பத்தி 17.8 டிரில்லியன் டாலராகவும் (ஏறத்தாழ ரூ.1,482 லட்சம் கோடி), இந்தியாவின் உள்நாட்டு உற்பத்தி 3.7 டிரில்லியன் டாலராகவும் (ஏறத்தாழ ரூ.300 லட்சம் கோடி) இருக்கிறது. சீனா இதை எப்படிச் சாதித்தது?

கல்வியும் மருத்துவமும்

ஆய்வாளர்கள் சொல்லும் காரணங்கள் பல. சீனா ஒரு எதேச்சதிகார நாடு, அங்கு சிகப்பு நாடா இல்லை, மனிதவளம் மிகுதி, அரசு வழங்கும் மானியங்கள் அதிகம், உள்கட்டமைப்பு சிறப்பானது. ஆனால் இவை எல்லாவற்றையும்விட முக்கியமானவை என்று நோபல் விருது பெற்ற அமர்த்தியா சென் இரண்டு காரணங்களைச் சொல்கிறார். அவை கல்வியும் மருத்துவமும். இரண்டிலும் இந்தியாவைவிட சீனா மிகவும் மேம்பட்ட நிலையில் இருக்கிறது. அங்கு அரசுதான் கல்வி நிலையங்களையும் மருத்துவமனைகளையும் நடத்துகிறது. மாறாக இந்தியாவில் அரசுப் பள்ளிகளும் அரசு மருத்துவமனைகளும் வக்கற்றவர்களின் புகலிடமாகிவிட்டன. நமது பொதுப் பள்ளிகளும் மருத்துவமனைகளும் எல்லோருக்குமானவையாக, தரம் மிக்கவையாக இருக்க வேண்டும்.

திறமையும் பயிற்சியுமே ஒரு நல்ல தொழிலாளியை உருவாக்கும். இதற்கு அடிப்படைக் கல்வியும் நல்ல ஆரோக்கியமும் அவசியம். கூடவே தொழில் பெருக வேண்டும். நமது பிரதமரின் 'ஆத்ம நிர்பார் பாரத்' (சுயச் சார்புள்ள இந்தியா) திட்டத்தை முழு மூச்சில் நடப்பிலாக்க வேண்டும். அப்போது அயல்நாடுகளின் கனரகத் தொழிலகங்கள் இங்கு உருவாகும். அதற்கேற்றவாறு நமது தொழில் துறையும் தொழிலாளர் சக்தியும் தகவமைக்கப்பட வேண்டும்.

அதிக நேரம் உழைத்தால் செயல்திறன் கூடும் என்பது மூடநம்பிக்கை. பணியாளர்களை அப்படிக் கசக்கிப் பிழிவது அறமற்றதும் ஆகும். அது அவர்களின் உடல் நலத்துக்கும் மனநலத்துக்கும் கேடு. நம்மிடத்தில் மனிதவளம் இருக்கிறது. குடிமக்கள் அனைவருக்கும் அரசு கல்வியும் மருத்துவமும் வழங்கி நம் மனிதவளத்தை மேம்படுத்த வேண்டும். வேலை வாய்ப்புகளைப் பெருக்க வேண்டும். உற்பத்தி முறைகளை நவீனமாக்க வேண்டும். அப்போது நமது நாட்டின் செயல் திறனும் கூடும்.

○ இந்து தமிழ் திசை 3.11.2023

8

எல்லை மீறும் வேலை நேரம்

அன்னா செபாஸ்டினுக்குத் தெரியாது, தன் வாழ்வு இப்படி முடிந்து போகுமென்று. 26 என்பது சாகும் வயதில்லை. அன்னாவுக்குச் சில கனவுகள் இருந்தன. பட்டயக் கணக்காளராக (chartered accountant) வேண்டும். அவரால் ஆக முடிந்தது. அதற்கான தேர்வுகளில் சிறப்புத் தேர்ச்சி பெற்றார். மதிப்புமிக்க வேலையொன்றில் சேர வேண்டும். சேர்ந்தார். பேர் பெற்ற கணக்காய்வு நிறுவனமான எர்னஸ்ட் & யங்-இல் வேலை கிடைத்தது. தான் பட்டயம் பெறும் விழாவில் பெற்றோர் பங்கேற்க வேண்டும் என்று விரும்பினார். அதுவும் நடந்தது. அதற்காகத் தனது பெற்றோரை கொச்சியிலிருந்து பூனாவிற்கு வரவழைத்தார். அந்த விழா 2024ஆம் ஆண்டு ஜூலை 7ஆம் நாள் நடந்தது. அது விடுமுறை நாள், ஞாயிற்றுக் கிழமை. ஆனாலும் அரங்கிற்கு அன்னாவும் பெற்றோரும் தாமதமாகத்தான் போயினர். ஏன்? அன்னா தொடர்ந்து தனது மடிக்கணினியிலும் திறன்பேசியிலும் அலுவலக வேலைகளை மேற்கொண்டபடி இருந்தார். பெற்றோர் தங்கள் மகளுடன் கழித்த கடைசி நாட்கள் அவை. அது அப்போது அவர்களுக்குத் தெரியாது. உண்ணாமலும் உறங்காமலும் பகலிரவாகப் பணியாற்றினார் அன்னா. அதீத வேலைப்பளு அவரை உடலாலும் மனத்தாலும் உணர்வாலும் பிழிந்தெடுத்தது. இந்த வேலை வேண்டாம் மகளே என்றனர் பெற்றோர்.

அன்னா கேட்கவில்லை. நம் சமூகத்தில் கடும் உழைப்பு மகிமைக்குரியது. கார்பரேட் நிறுவனங்கள், தங்களுக்கு வாய்த்த அடிமைகளிடம் அந்த மகிமையை இன்னும் ஊதிப் பெரிதாக்குகின்றன. அதில் பலியான ஒருவர்தான் அன்னா. சால மிகுத்து பெய்ததால் ஜூலை 20, 2024 அன்று அந்த இளம் பெண்ணின் அச்சு முறிந்தது. மனமொடிந்த அன்னாவின் தாயார் நிறுவனத்தின் தலைவருக்குக் கடிதம் எழுதினார். அது செப்டம்பர் மத்தியில் சமூக வலைதளங்களில் வெளியானது. உடன் பெரும் பரவலானது. ஊரும் உலகும் அன்னாவின் கதையை அறிந்தது. கார்பரேட் நிறுவன ஊழியர்களை அழுத்தும் வேலை நுகத்தடி பேசு பொருளானது.

வீட்டை விழுங்கியது வேலை

வீட்டிலிருந்தபடியே வேலை என்பது கொரோனாக் காலத்தில்தான் ஆரம்பமானது. தகவல் தொழில்நுட்பத் துறைகளிலும், பொறியியல், சட்டம், நிதி, மேலாண்மை சார்ந்த தொழிற் துறைகளிலும், அறிவியல், ஊடகம், கணக்காய்வு சார்ந்த துறைகளிலும் பணியாற்றுவோருக்கு இது வரமாக அமைந்தது. இது பின்னாளில் சாபமாக மாறும். அதை அவர்கள் அறிந்திருக்கவில்லை. கொரோனா விலகிய பிறகும் வீட்டிலிருந்து பணியாற்றுவது தொடர்ந்தது. சில நிறுவனங்கள் எல்லா நாட்களிலும் வீட்டிலிருந்து பணியாற்ற ஊழியர்களை அனுமதித்தன. சில நிறுவனங்கள் வாரத்தில் இரண்டோ மூன்றோ நாட்கள் அலுவலகம் வந்தால் போதுமென்றன. இதனால் அலுவலகம் அளவில் சிறிதானது. வாடகையும் பராமரிப்புச் செலவினங்களும் குறைந்தன. கூட்டங்களும் உரையாடல்களும் இணைய வழியில் நடந்தன. ஊழியர்களுக்குப் போக்கும் வரவும் மிச்சமாகின. இது இரு சாராருக்கும் வெற்றி என்றனர் நிறுவனத் தலைவர்கள். இல்லை, இது ஊழியர்களுக்கு வெற்றியாக அமையவில்லை. அன்னாவின் கதை சொல்வது அதைத்தான்.

இந்த நிறுவனங்கள் கர்ணனின் கவச குண்டலங்களைப் போல ஊழியர்களுக்கு மடிக்கணினியும் திறன்பேசியும் வழங்கின. இப்போது அகாலத்தில் மட்டுமில்லை, நல்ல பகல் வெளிச்சத்தில்கூட எந்த மேலாளரும் தம் ஊழியரைத் தொலைபேசியில் அழைப்பதில்லை. மாறாக, மின்னஞ்சல்களும் குறுஞ்செய்திகளும் கால நேரமின்றி அனுப்பப்படும். படுக்கையில், சாப்பாட்டு மேசையில், கழிவறையில், பயணத்தில் அவை ஊழியர்களைத் துரத்தும். முடிக்க வேண்டிய அறிக்கைகளையும், கணக்கீடுகளையும், நிரல்களையும் அவை நினைவூட்டிக்கொண்டே இருக்கும். இவை ஊழியர்களின் உள் மனதில் புகுந்து அச்சுறுத்தும்.

அவர்களைக் குற்ற உணர்வுக்கு உள்ளாக்கும். சிந்தையும் செயலும் வேலையைச் சுற்றியே சுழலும்.

நீண்ட நேரம் உழைப்பதால் என்ன நடக்கும்? சுரப்பிகள் பாதிக்கப்படும். ரத்த அழுத்தம் மிகும். ரத்தச் சர்க்கரையின் அளவு மாறும். நோய் எதிர்ப்பு சக்தி குறையும். அடிக்கொரு தரம் தலை வலிக்கும். அடுத்த கட்டமாக இதயத்தின் ரத்த நாளங்கள் குறுகும். இதனால் இதயத்துக்குச் செல்லும் ரத்தமும் குறையும். அடுத்து ரத்தம் குறைந்த பகுதியின் திசுக்கள் செயலிழக்கும். சிலருக்கு இது மாரடைப்பு வரை போகக்கூடும் என்கிறார்கள் மருத்துவர்கள். இதுதான் அன்னாவிற்கு நேர்ந்திருக்கும் என்று கருதப்படுகிறது.

நீண்ட நேரம் வேலை பார்ப்பதால் காபியும், தேநீரும் அதிகமாகும். உடல் பருமன் கூடும். சிலரிடத்தில் மதுவும், புகையும் வந்து சேரும். உடலளவில் மட்டுமல்ல மனத்தளவில் நேரும் பாதிப்புகளும் அதிகம். சோர்வு, கவலை, அழுத்தம், சினம், படபடப்பு எல்லாம் அதிகமாகும். உற்சாகம் வற்றும். இது குடும்ப உறவுகளையும் பாதிக்கும்.

எட்டு மணி நேர வேலை

தொழிற் புரட்சி (1760-1840) இயந்திரங்களைக் கொண்டு வந்தது. உற்பத்தி பெருகியது. ஆனால் ஒவ்வொரு நாளும் 10 முதல் 16 மணி நேரம் வரை வேலை பார்க்குமாறு தொழிலாளர்கள் நிர்ப்பந்திக்கப்பட்டனர். 19ஆம் நூற்றாண்டின் இறுதியில் பெரும் போராட்டங்களைத் தொடர்ந்து 8 மணி நேர வேலை பல மேற்கு நாடுகளில் நடப்பிலாகியது. மே முதல் நாள்

தொழிலாளர் தினக் கொண்டாட்டம் இந்த வெற்றியைத்தான் குறிக்கிறது. 1919இல் ஐ.நா.வின் பன்னாட்டுத் தொழிலாளர் அமைப்பு (ILO) இதை உறுப்பு நாடுகள் அனைத்திற்குமான பொதுத் தீர்மானமாக்கியது. 2021இல் அதே ILO உலகெங்கும் 48.8 கோடி மக்கள் ஒவ்வொரு வாரமும் 55 மணி நேரத்திற்கும் கூடுதலாக உழைக்கிறார்கள் என்றது. அதாவது இவர்கள் ஒரு வாரத்தில் பணியாற்றுவது ஐந்து நாட்களெனில், நாளொன்றுக்கு 11 மணி நேரத்திற்குக் கூடுதலாகவும், ஆறு நாட்களெனில், 9 மணி நேரத்திற்குக் கூடுதலாகவும் பணியாற்றுகிறார்கள். 2016ஆம் ஆண்டில் மட்டும் கூடுதல் நேரம் பணியாற்றியதால் 7,45,000 பேர் இதய நோயால் உயிரிழந்திருப்பதாக அந்த அறிக்கை தெரிவிக்கிறது. இந்தியாவில் சரிபாதிக்கும் அதிகமான ஊழியர்கள் 55 மணி நேரத்திற்கும் அதிகமாகப் பணியாற்றுவதாகச் சொல்கிறது இன்னொரு தரவு.

என்ன செய்யலாம்?

இந்தப் பிரச்சினையை மூன்று தளங்களில் எதிர்கொள்ள வேண்டும். முதலாவதாக, ஊழியர்கள் தங்கள் உரிமைகளைக் கோரிப் பெற வேண்டும். தொழிற் சங்கங்கள் என்பவை கைகளில் அழுக்கேற உழைப்பவர்களுக்கும், அரசு அலுவலர்களுக்கும் மட்டுமானதல்ல. தனியார் நிறுவனங்களின் வெள்ளைக் காலர் ஊழியர்களும் தங்களுக்கான சங்கங்களைக் கட்ட வேண்டும். அப்போதுதான் நியாயமற்ற வேலைகள் சுமத்தப்படும்போது இல்லை என்று மறுக்கிற துணிவு வரும். அன்னாவின் மேலாளார் முதல் நாள் மாலை ஒரு வேலையைக் கொடுத்துவிட்டு அதை அடுத்த நாள் காலையில் முடித்துத்தர வேண்டும் என்று கேட்பாராம். இடையில் இருக்கிற இரவில் அந்த வேலையைச் செய்ய வேண்டும்.

இரண்டாவதாக, கார்பரேட் நிறுவனங்கள் விதிக்கப்பட்ட நேரத்திற்கு மேல் வேலை வாங்கக்கூடாது. இது குறித்து வெளிப்படையான உரையாடல் நடப்பதற்கான சூழல் நிறுவனத்தில் இருக்க வேண்டும். இது மயிலிடம் இறகை யாசிப்பதைப் போன்றதுதான். ஆனால் சமூகத்தில் இதைக் குறித்த விழிப்புணர்வு இருந்தால், லெட்சுமணன் கோட்டைத் தாண்டுவது நிறுவனங்களுக்கு விதியாக அல்ல, விதி விலக்காக மாறும்.

மூன்றாவதாக, ஊழியர் நலன்கள் மீறப்படும்போது அரசு சட்டங்களைக் கடுமையாக அமல்படுத்த வேண்டும். அன்னாவின் தாயார் எழுதிய கடிதம் பெரும் பரவலானதைத் தொடர்ந்து தேசிய மனித உரிமை ஆணையம் இதை ஒரு வழக்காக எடுத்துக்கொண்டிருக்கிறது. ஒன்றிய - மாராட்டிய தொழில்துறை அமைச்சகங்கள் இதை விசாரிக்கப் போவதாகச் சொல்லியிருக்கின்றன. எதிர்க்கட்சித் தலைவர் ராகுல் காந்தி அன்னாவின்

பெற்றோரோடு பேசியிருக்கிறார். சில எதிர்க்கட்சிகள் நாடாளுமன்றத்தில் ஒரு விவாதத்தை முன்னெடுத்தன. இந்த சமூக கவனம் நல்லது.

அன்னாவின் ஈமச்சடங்கிற்கு அவர் 'உயிரைக் கொடுத்து' பணியாற்றிய நிறுவனத்திலிருந்து ஒருவர்கூட வரவில்லை. இந்நேரம் அன்னாவின் இடத்தில் அந்த நிறுவனம் இன்னொரு அடிமையை நியமித்திருக்கக்கூடும். ஆனால் அன்னாவின் குடும்பத்திற்கு அவரது இழப்பு நிரந்தரமானது. இன்னொருவரால் இட்டு நிரப்ப முடியாதது. 'நாங்கள் அனுபவிக்கும் துக்கமும், அதிர்ச்சியும் இன்னொரு குடும்பத்திற்கு நேராதிருக்கட்டும்' என்று தனது கடிதத்தை முடித்திருந்தார் அன்னாவின் தாயார். அதற்கு சிவில் சமூகமும், அரசியல் கட்சிகளும் தொழிற் சங்கங்களும், முக்கியமாக ஊழியர்களும் ஒன்றுபட்டு குரல் எழுப்ப வேண்டும். அப்போது வேலை நேரம் கட்டுக்குள் வரும். கார்பரேட் நிறுவனங்களில் அன்னாவின் துயரங்கள் முடிவுக்கு வரும். அதுவே அன்னாவுக்கு இந்த சமூகம் செலுத்தும் அஞ்சலியாக அமையும்.

○ இந்து தமிழ் திசை 27.9.2024

9

காந்தியை ஏமாற்றிவரும் இந்தியா

இது பத்தாண்டுகளுக்கு முன்பு நடந்தது. ஹாங்காங்கில் ஓர் இந்திய அங்காடிக்குப் போயிருந்தேன். பொருட்களை எடுத்துக்கொண்டு வரிசையில் நின்றேன். எனக்கு முன்னால் ஓர் இளம்பெண். கைபேசியில் தனது மூன்று வயது மகனின் குறும்புகளைப் பற்றிப் பெருமையாக அலுத்துக் கொண்டிருந்தார்- ஆங்கிலத்தில். கடைக்காரர் அந்தப் பெண் வாங்கியிருந்த காய்கறிகள், மளிகைப் பொருட்கள், நறுமணப் பொருட்கள், தின்பண்டங்கள் முதலானவற்றைத் தனித்தனிப் பிளாஸ்டிக் பைகளில் போட்டார். பின் அவற்றை இரண்டு பெரிய பிளாஸ்டிக் பைகளில் அடுக்கிக் கொடுத்தார்.

ஹாங்காங்கில் 2015 ஏப்ரல் ஒன்றாம் தேதி முதற்கொண்டு அங்காடிகளில் பிளாஸ்டிக் பைகள் கொடுக்கப்படக்கூடாது; வாடிக்கையாளர்கள் கேட்டுக்கொண்டால் மட்டும், பையொன்றுக்குக் குறைந்தபட்சம் 50 சதம் (அப்போது ரூ.4, இப்போது ரூ.5) கட்டணமாக வசூலித்துக் கொண்டு வழங்கலாம். என் முறை வந்தபோது கடைக்காரரிடம் கேட்டேன்: "அந்தப் பெண்ணிடம் பைகளுக்குக் கட்டணம் வாங்கினீர்களா?". அவர் தலையைச் சரித்து என்னைப் பார்த்துக் கமுக்கமாகச் சிரித்தார். ஹாங்காங்கின் ஒரு இலட்சம் அங்காடிகளில் நடைமுறைப்படுத்தப்படும் ஒரு சட்டம், ஓர் இந்திய அங்காடியில் வணிகராலும் பயனராலும் எவ்வித உறுத்தலுமின்றி மீறப்பட்டதைப் பார்த்தேன்.

கிராமங்களில் சிலர் கேட்பார்கள் - 'படித்தவன் மாதிரியா நடந்து கொள்கிறான்?'. படிப்பு பண்பைத் தரவேண்டும் என்பது எதிர்பார்ப்பு. நான் சந்தித்த கடைக்காரரும், இளம்பெண்ணும் படித்தவர்கள்தான். ஆனால் சட்டத்தை மதிப்பதும், சுற்றுச்சூழலுக்குக் கேடு விளைவிக்காமல் இருப்பதும் படித்தவர்கள் பின்பற்ற வேண்டிய பண்புகளாக அவர்களுக்குத் தெரியவில்லை.

இலகு ரயில்

ஒரு சம்பவம் நினைவுக்கு வருகிறது. நான் ஹாங்காங் போன புதிதில், 1995 வாக்கில், புறநகர் ஒன்றில் உள்ள கட்டடப் பணித்தலத்திற்கு, உடன் பணியாற்றும் இளைஞர் என்னை அழைத்துச் சென்றார். மெட்ரோ ரயிலிலிருந்து இலகு ரயிலில் மாறிச் செல்ல வேண்டும். இலகு ரயில் புறநகர்களில் மட்டும் ஓடும். இரண்டு பெட்டிகள் மட்டுமே இருக்கும். தண்டவாளங்களும் நடைமேடையும் சாலையோரத்தில் அமைக்கப்பட்டிருக்கும். மெட்ரோ ரயில் நிலையங்களைப் போல பொது வெளியோ (concourse) கட்டணக் கதவுகளோ இராது. பயணச்சீட்டு வாங்க சிறிய இயந்திரம் இருக்கும். சீட்டு இல்லாமலும் ரயிலில் ஏற முடியும், இறங்கவும் முடியும். நான் பணித்தலத்திற்குப் போகும் போதும் திரும்ப வரும்போதும் கவனித்துக் கொண்டே இருந்தேன். சீட்டு இல்லாமல் யாரும் பயணிக்கவில்லை. உடன் வந்த இளைஞனிடம் "இது உங்களுக்கு எப்படிச் சாத்தியமானது?" என்று கேட்டேன். "நாங்கள் இதைப் பள்ளிகளில் சொல்லிக் கொடுத்து விடுவோம்" என்று பதிலளித்தான். அந்த இளைஞன் சொன்னதன் பொருள் சட்டங்களை மதிக்க வேண்டும் என்று ஹாங்காங் பள்ளிகளில் சொல்லித் தருகிறார்கள் என்பது.

கல்வியும் சமூகமும்

நமது இந்நாளையக் கல்வித் திட்டத்தில் இப்படியான போதனைகளுக்கு இடமில்லை. கல்வி வணிகமயமாகிவிட்டது. இந்தத் திட்டத்தில் படிக்கிறவர்கள் பண்பாளர்களாக வருவார்கள் என்று எப்படி எதிர்பார்க்க முடியும் என்பது கல்வியாளர்கள் சிலர் எழுப்பும் கேள்வி.

இந்தக் கேள்வியில் நியாயமில்லாமல் இல்லை. ஆனால் கூடவே இன்னொரு கேள்வியும் எழுகிறது. கல்வி வியாபரமாவதற்கு முன்னால் படித்தவர்கள் எல்லாம் பண்பாளர்களாக இருந்தார்களா?

1916இல் நடந்த காசி காங்கிரஸ் மாநாட்டில் உரையாற்றிய காந்தியடிகள், மக்கள் பொது இடங்களைத் தூய்மையாக வைத்துக் கொள்வதில்லை என்று வருத்தப்பட்டார். மாணவர்கள் ரயில் பெட்டிகளிலேறி அனைத்து இருக்கைகளையும் ஆக்கிரமித்துக் கொள்வது குறித்துக் கவலைப்பட்டார். மாணவர்களைப் பற்றிக் கசப்பான மன உணர்வோடும், கேலியாகவும் சொன்னார்: 'அவர்கள் ஆங்கிலம் படித்திருக்கிறார்கள்'. ஆனால் தொடர்ந்து முயற்சித்தால் சுதந்திரத்திற்கு முன்னால் நமது பண்பு நலன்களை மேம்படுத்திக் கொண்டுவிடலாம் என்று அவர் நம்பினார்.

'மதுவையும், தீண்டாமையையும் ஒழிக்க வேண்டும்; கதர் அணிய வேண்டும்; புறத்தில் தூய்மையும் அகத்தில் நேர்மையும் வேண்டும்' போன்ற போதனைகள் அவருக்கு அரசியல் விடுதலையைவிட முக்கியமானவைகளாக இருந்தன. காந்தியடிகள் சட்டத்தை மீறினார். அது எதிர்ப்பைக் காட்டுகிற அவரது போராட்ட வடிவம். சத்தியாக்கிரகிகளிடம் அவர் வலியுறுத்திச் சொன்னார்: 'பொதுச் சொத்துக்களுக்குச் சேதம் விளைவிக்காதீர்கள்; போலீஸ் கைது செய்ய வந்தால் உடனே கீழடங்குங்கள்'. ஒரு நல்ல சிவில் சமூகம் சட்டத்தை மதிக்க வேண்டும் என்று அவர் நம்பினார்.

காந்தி தேசத்தின் இன்றைய நிலை என்ன? தாம்பரத்தில் அதிகாலை நேரத்தில் சில ஆண்டுகளுக்கு முன்பு நான் கண்ட ஒரு காட்சி எடுத்துக்காட்டாக அமையலாம். தென் மாவட்டத்திலிருந்து சென்னைக்கு வந்த பேருந்திலிருந்து அந்தக் குடும்பம் இறங்கியது. சாலையைக் குறுக்காகக் கடந்து மையத்தை அடைந்தது. அங்கே சாலையைப் பிரிக்கும் கட்டைச் சுவரின் மீது நான்கடி உயரத்திற்கு இரும்புக் கிராதி கட்டப்படிருந்தது. நடுத்தர வயதிலிருந்த தந்தை முதலில் கிராதியிலேறி மறுபக்கம் குதித்தார். அடுத்து ஏழெட்டு வயதிலிருந்த மகன் உற்சாகமாகத் தாண்டிக் குதித்தான். தொடர்ந்து பதின்பருவத்திலிருந்த மகள் பயணப் பொதிகளை எடுத்துக் கொடுக்க மறுபக்கத்திலிருந்த தந்தையும், மகனும் வாங்கி வைத்துக் கொண்டார்கள். அடுத்தடுத்து தாயும், மகளும் மறுபுறம் தாவினார்கள். பிறகு மொத்தக் குடும்பமும் சாலையின் அடுத்த பாதியை குறுக்காகக் கடந்து சென்றது. ஏன் இத்தனை பிரயாசை? பேருந்து நிறுத்திய இடத்திலிருந்து 150மீட்டர் தொலைவில் பாதசாரிகள் கடப்பதற்கான வெள்ளைக்கோட்டுப் பாதை இருந்தது. அவ்வளவு

தூரம் நடப்பதற்கு அவர்கள் தயாராக இல்லை. இந்தக் குடும்பத்தில் வளர்கிற சிறுவனுக்குச் சட்டத்தைக் குறித்து என்னவிதமான மதிப்பீடுகள் உருவாகும்?

ஹாங்காங் பள்ளிகளில் சட்டத்தை மதிக்க வேண்டும் என்பதை உணர்வுபூர்வமாகவும், அறிவுபூர்வமாகவும் சொல்லித் தருகிறார்கள். அதே வேளையில் மொத்த சமூகமும் சட்டத்தின் மாட்சிமையை (rule of law) பேணுவதைக் கடமையாகக் கொண்டிருக்கிறது. பிள்ளைகள் பள்ளியிலிருந்தும் கற்கிறார்கள்; சமூகத்திடமிருந்தும் கற்கிறார்கள்.

காந்தி ஏமாந்தார்

இந்த இடத்தில் எனக்கு ஏற்பட்ட இன்னொரு அனுபவத்தைச் சொல்வது பொருத்தமாக இருக்கும். சென்னை உள்நாட்டு விமான நிலையத்தில் பாதுகாப்புச் சோதனைக்காக வரிசையில் நின்று கொண்டிருந்தேன். அதிகாலை நேரம். நல்ல கூட்டம். மற்ற நகரங்களில் அலுவலகங்கள் திறக்கிற நேரத்திற்குள் போய்ச்சேருகிற அவசரத்தில் கார்பரேட் கனவான்கள் வரிசைகளில் நின்றிருந்தார்கள். ஒரு இளைஞன் வரிசையை முறித்துச் சோதனை வாயிலை நோக்கி முன்னேறினான். நான் தடுத்தேன். தன்னிடத்தில் மடிக்கணினி இருக்கிறது, அதைத் தனியாகச் சோதிப்பார்கள், அதனால் முன்னால் செல்ல வேண்டும் என்றான். அந்நேரம் வரிசையில் நின்றவர்களின் பாதிப்பேர்களின் தோள்பட்டைகளில் மடிக்கணினிப் பைகள் தொங்குவதைச் சுட்டிக்காட்டினேன். தன்னுடைய விமானம் புறப்படுவதற்கு அதிக அவகாசமில்லை என்றான். வரிசையில் நிற்கும் பலருக்கும் அப்படியே என்றேன். இதற்கு மேல் என்னுடன் வாதிடுவது தன்னுடைய நேரத்தை வீணாக்குகிற செயல் என்று அவன் கருதியிருக்க வேண்டும். அவனது அடுத்த செய்கை நான் முற்றிலும் எதிர்பாராதது. ஏர்-இந்தியா விளம்பரத்தில் வரும் மகாராஜாவைப் போல் சிரம் தாழ்த்தி 'ஐயா, செல்லுங்கள்' என்பது போல் கையை முன்னோக்கிக் காட்டினான். என்னை அவமானப்படுத்துவது அவன் நோக்கமாக இருக்கலாம். இந்த இளைஞனுக்கு இவ்வளவு சூழ்ச்சியைக் கற்றுத் தந்தது எது? அவன் கற்ற கல்வியா? அவன் வாழும் சமூகமா?

அந்த இளைஞனின் கண்களைப் பார்த்தேன். அதில் களிப்பு இருந்தது. சில ஆண்டுகளுக்குப் பிறகு அதே களிப்பை ஹாங்காங் இந்திய அங்காடி வணிகரின் கண்களிலும் பார்த்தேன். அது ஆங்கிலக் கல்வி தந்த களிப்பு, சட்டத்தை மீறுவதால் உண்டாகிற களிப்பு, நூறாண்டுகளாகக் காந்தியை ஏமாற்றி வருகிற களிப்பு.

○ இந்து தமிழ் திசை 8.5.2015

10

நாம்தான் நம் உரிமைகளைக் கேட்டுப்பெற வேண்டும்!

நாம் நாள்தோறும் பல சேவைகளைப் பயன்படுத்துகிறோம். நாம் எல்லோரும் வாடிக்கையாளர்கள். வாடிக்கையாளர்கள் நடத்தப்படும் விதமும், சேவையின் தரமும் இடத்திற்கு இடம் மாறுபடுகிறது. ஒவ்வொரு தேசத்திலும் ஒவ்வொரு விதமாக இருக்கிறது.

எனது அனுபவத்திலிருந்து தொடங்குகிறேன். ஆண்டு: 2015. மத்திய கிழக்கிலுள்ள ஒரு நகரத்திலிருந்து ஹாங்காங் திரும்புகிறபோது நடந்த சம்பவம். மாலை ஐந்து மணிக்கு விமானம். அருகாமையில் உள்ள இன்னொரு நகரத்தில் விமானம் மாறிக்கொள்ள வேண்டும். விமானம் குறித்த நேரத்தில் புறப்படும் என்று திரையில் ஒளிர்ந்துகொண்டே இருந்தது. குறித்த நேரம் வந்ததும் திரையில் அறிவிப்பு மாறியது- 'விமானம் ரத்து'. பயணிகள் பரபரப்பானார்கள். எல்லோரும் குடிவரவு, சுங்கச் சோதனைகளைக் கடந்து வந்திருந்தோம். யாராலும் வெளியே போகமுடியாது. ஏர்லைன்ஸ் அலுவலகங்கள் வெளியே இருந்தன. அங்கிருந்து அலுவலர்கள் யாரும் உள்ளே வரவில்லை.

அருகாமை நகருக்குச் செல்கிற அதே ஏர்லைன்ஸின் அடுத்த விமானம் இரவு 11 மணிக்கு இருந்தது. இந்த விமானம் வந்தது. அதற்கான பயணிகளும் வந்தனர். அதிகாரிகள் கூடிக்கூடிப் பேசினார்கள்.

எந்த அறிவித்தலும் இல்லை. இரண்டு விமானப் பயணிகளும் முட்டி மோதிக் கொண்டு நின்றோம். எல்லோரையும் ஏற்றிக்கொண்டு விமானம் புறப்பட்டபோது இரவு மணி ஒன்று.

இரண்டாவது நகருக்கு விமானம் வந்து சேர்ந்தது. எனது இடர் அத்துடன் முடியவில்லை. ஹாங்காங் விமானம் போய்விட்டது. அடுத்த விமானம் அடுத்த நாள்தான். என்னைப் போன்று தொடர் விமானத்தைத் தவறவிட்டவர்கள் ஒன்றுகூடி ஒரு சங்கம் அமைத்து ஏர்லைன்ஸை நயந்தும் இரந்தும் வேண்டியதில் ஓர் ஓய்வுக்கூடத்திற்குள் தங்கிக்கொள்ள அனுமதித்தார்கள்.

இந்த இடத்தில் எனது இன்னொரு விமான அனுபவம் நினைவுக்கு வருகிறது. ஆண்டு: 2000. அப்போது ஹாங்காங்கிலிருந்து சென்னைக்கு நேரடி சேவை இல்லை. சிங்கப்பூர் வழியாகச் சீட்டு வாங்கியிருந்தேன். சிங்கப்பூரில் இரண்டு மணி நேரம் தங்கி, சென்னை விமானத்தில் ஏற வேண்டும். ஆனால் அன்று ஹாங்காங்கிலிருந்து விமானம் 1½ மணி நேரம் தாமதமாகப் புறப்பட்டது. சென்னை விமானத்தைப் பிடிக்க முடியுமா என்று கவலையாக இருந்தது. அப்போது அம்மா இருந்தார்கள்- கிராமத்தில் எனக்காகக் காத்துக் கொண்டு.

விமானம் பறந்து கொண்டிருக்கும்போதே அந்த அறிவித்தல் வந்தது. சிங்கப்பூர் வழியாகப் பல்வேறு நகரங்களுக்குப் போகிற பயணிகள் விமானத்தில் இருந்தார்கள். அந்தத் தொடர் விமானங்களில் எவையெவை இந்தப் பயணிகளுக்காகக் காத்திருக்கும், எவை காத்திருக்காது என்று சொன்னார்கள். இரண்டாவது பட்டியலில் நான் போக வேண்டிய சென்னை விமானம் இருந்தது. காத்திருக்க வேண்டியவர்களுக்கு தங்கும் வசதி செய்து தரப்படும் என்றும் அறிவித்தார்கள். நான் காத்திருக்க விரும்பவில்லை. விமானப் பணியாளர்களிடம் நான் சென்னை விமானத்தைப் பிடிப்பதற்கு உதவுமாறு வேண்டினேன். சிறிது நேரத்தில் பதில் சொன்னார்கள்- "உங்களது கோரிக்கையை சிங்கப்பூர் அலுவலர்களிடம் சொல்லி விட்டோம். தரையிறங்கியதும் நேரில் பேசிக்கொள்ளுங்கள்."

விமானத்திலிருந்து வெளியே வந்ததும் ஏர்லைன்ஸ் அலுவலரிடம் விரைந்தேன். "சென்னை விமானம் புறப்பட இன்னும் அரை மணி நேரம் இருக்கிறது. நீங்கள் போய்விடலாம். ஆனால் உங்கள் பயணப் பொதிகளை அதே விமானத்தில் ஏற்ற முடியும் என்பதற்கு உத்திரவாதம் இல்லை" என்றார். நான் சம்மதித்தேன். விமானம் சென்னையை அடைந்தது. நிலையத்திலிருந்து வெளியேறும் முன்பு எதற்கும் பார்ப்போம் என்று

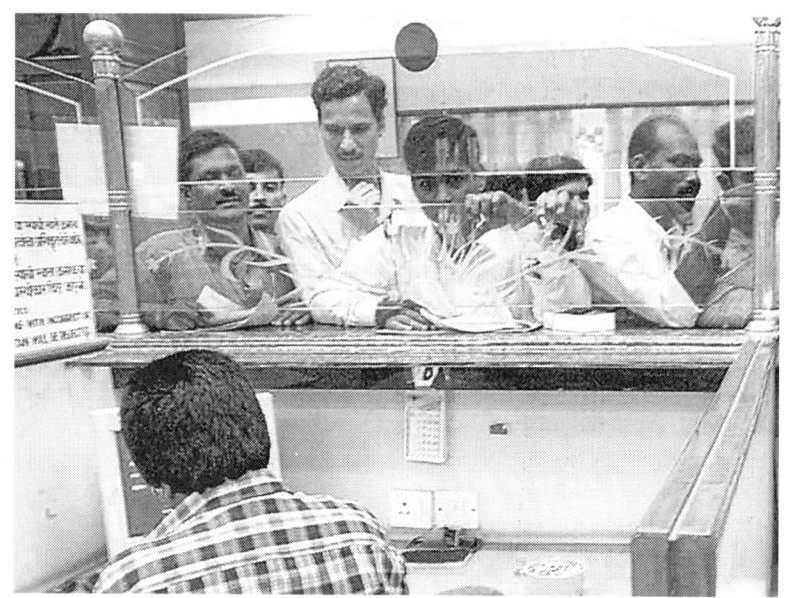

பயணப்பொதிகள் வந்திறங்கும் பட்டையின் பக்கம் போனேன். எனது சிவப்புப் பெட்டி மிதந்து மிதந்து வந்து கொண்டிருந்தது.

அன்று அந்த ஹாங்காங் விமானத்தில் 400 பயணிகளாவது வந்திருப்பார்கள். இத்தனை பேரின் பயணப் பொதிகளில் எனது சிவப்புப் பெட்டியைக் கண்டுபிடித்து அரை மணி நேரத்திற்குள் சென்னை விமானத்தில் அவர்களால் ஏற்றிவிட முடிந்திருக்கிறது.

25 ஆண்டுகளுக்கு முன் ஒரு நிறுவனம் வழங்கிய சேவைக்கும் 10 ஆண்டுகளுக்கு முன் இன்னொரு நிறுவனம் வழங்குகிற சேவைக்கும் ஏன் இத்தனை வேறுபாடு? இதற்கு நிறுவனங்கள் மட்டும் காரணமல்ல. வாடிக்கையாளர்களும் காரணம். அவர்கள்தான் தங்கள் உரிமைகளைக் கோரிப் பெற வேண்டும். அப்படியான ஒரு சம்பவத்தை 1998இல் பார்த்திருக்கிறேன்.

அந்த ஆண்டில்தான் ஹாங்காங்கின் புதிய விமான நிலையம் திறக்கப்பட்டது. ஆனால் தொடக்கம் சுமுகமாக இல்லை. விமானங்கள் தாமதமாயின; சில ரத்தாயின. பயணப் பொதிகளைப் பெறுவதில் சுணக்கம், அறிவிப்புகளில் பிழைகள், மின்சார-தண்ணீர் பிரச்சனைகள்... மக்களால் சகித்துக்கொள்ள முடியவில்லை. சமூக வலைதளங்கள் இல்லாத காலம். மக்கள் தங்கள் கோபத்தை ஊடகங்களிலும்

பொதுவெளிகளிலும் கொட்டித் தீர்த்தார்கள். அப்போதைய செயலாட்சித் தலைவரும், அவரது சகாக்களும் தினசரி விமான நிலையத்திற்கு வந்தார்கள். எல்லாத் தளங்களிலும் நடவடிக்கைகள் மேற்கொண்டார்கள். எல்லாம் சீராக ஐந்து மாதங்கள் எடுத்தன. இன்று ஹாங்காங்கிலிருந்து 100 ஏர்லைன்ஸின் விமானங்கள் பறக்கின்றன. உலகின் தலைசிறந்த விமான நிலையங்களுள் ஒன்றாகத் திகழ்கிறது ஹாங்காங்.

இந்த விழிப்புணர்வு நம் மக்களிடம் இருக்கிறதா? சமீபத்தில் எங்கள் ஊருக்கு அருகேயுள்ள ஒரு வங்கிக்குப் போயிருந்தேன். வாடிக்கையாளர் நேரம் முடிவடையச் சில நிமிடங்களே இருந்தன. 18 வயது மதிக்கத்தக்க ஓர் இளைஞர் ஓடோடி வந்தார். இந்தியிலும் ஆங்கிலத்திலும் இருந்த சலானைத் தமிழில் நிரப்பினார். இளைஞரைக் கண்டதும் காசாளருக்குக் கோபம் வந்துவிட்டது. தினமும் கடைசி நேரத்தில் வருவதாக அவரை ஏசினார். இளைஞர் ஒரு வார்த்தை பேசவில்லை. கவுண்டரைச் சுற்றி நின்றவர்கள் யாரும் பேசவில்லை.

எனது ஹாங்காங் வங்கி அனுபவங்கள் முற்றிலும் வேறானவை. வரிசையில் நிற்கும்போதே அலுவலர்கள் வருவார்கள். சலானை நாம் சரியாக நிரப்பியிருக்கிறோமா என்று பார்ப்பார்கள். தேவையானால் அவர்களே நிரப்பித் தருவார்கள். நாம் நிற்கும் இடத்திலிருந்து கவுண்டரை அடைய எவ்வளவு நிமிடங்களாகும் என்று சொல்வார்கள்.

நான் போயிருந்த தமிழக வங்கியில் காந்தியடிகளின் படம் மாட்டியிருந்தது. கூடவே அவருடைய வாசகமொன்று: "நமது வளாகத்திற்கு வரும் முக்கியமான நபர் வாடிக்கையாளர். அவர் நம்மைச் சார்ந்து இல்லை. நாம்தான் அவரைச் சார்ந்து இருக்கிறோம். வாடிக்கையாளர் நமது பணிக்கு இடையூறு செய்பவரல்லர்; நமது பணியின் ஆதாரமே அவர்தான்."

இப்படியான எந்த அறிவிப்பும் ஹாங்காங் வங்கிகளில் இல்லை. ஆனால் அந்த வங்கிகளுக்கும், விமான நிலையத்திற்கும், இன்னபிற சேவை மையங்களுக்கும் போனால் வாடிக்கையாளரான நாம்தான் இந்தப் பணியின் ஆதாரம் என்கிற உணர்வு நமக்கு ஏற்படும்.

நம் நாட்டிலும் வாடிக்கையாளர்களுக்கு அப்படியான உணர்வு ஏற்பட வேண்டும். அதற்கு நிறுவனங்கள் வாடிக்கையாளர் நலனை முன்னிறுத்த வேண்டும். வாடிக்கையாளர்கள் தமது உரிமைகளைக் குறித்த விழிப்புணர்வோடு இயங்க வேண்டும்.

○ இந்து தமிழ் திசை 3.11.2016

11

பொறியியல்

அடுக்கக வணிகத்தின் அவலங்கள்

குடியிருக்க ஒரு வீடு என்பது மனிதகுலத்தின் அத்தியாவசியத் தேவைகளில் ஒன்று. அது சொந்த வீடாக இருக்க வேண்டுமென்பது பலரின் வாழ்நாள் கனவாகவும் இருக்கிறது. அந்த வீடு பத்துப் பன்னிரெண்டு தென்னை மரங்களுக்கிடையே அமைந்திருந்தால் நல்லதுதான். ஆனால் எந்த நவீன நகரமும் அதற்கு இடம் தருவதில்லை; 'காணி நில'ங்களின் விலை கட்டு மீறிப்போய் நாள் பலவாயிற்று. இதனால்தான் அடுக்ககங்கள் வந்தன. இன்று பெருநகரங்களில் அடுக்ககங்களில் மட்டுமே வீடு வாங்க முடியும். அப்படி வீடு வாங்குவதற்கான விதிமுறைகள் எளிய மனிதர்களுக்கு நியாயம் செய்கின்றனவா?

சமனற்ற வணிகம்

இந்த வணிகத்தில் செல்வமும் செல்வாக்கும் மிக்க கட்டுநர்கள் (developers) ஒரு புறம். பல்லாண்டுக் கடனைத் தலைச் சுமையாகத் தாங்கி நிற்கும் பயனர்கள் (buyers) மறுபுறம். இந்தியாவில் அடுக்ககங்கள் பெருகத் தொடங்கிய காலத்தில், இந்த வணிகத்தின் துலாக்கோல், எடை அதிகமுள்ள பக்கமே சாய்ந்து நின்றது.

பல கட்டுநர்கள் சூழலைத் தங்களுக்குச் சாதகமாக வளைத்துக் கொண்டார்கள். மிகையான விளம்பரங்களால் பயனர்களை ஈர்த்தார்கள்.

அவர்கள் பட்டியலிட்டிருந்த வசதிகளும் தரமும் கட்டி முடிக்கப்பட்ட வீடுகள் பலவற்றில் இல்லை. அவற்றைக் கேட்டுப் பெறும் வலிமை பயனர்களுக்கும் இல்லை. இன்னும் சில கட்டுநர்கள் பயனர்களிடம் பெற்ற பணத்தை வேறு மனையிடங்களுக்கு மடை மாற்றினர். அது தொழில் திறமை எனப்பட்டது. பல கட்டுநர்கள் பணிகளைக் குறித்த காலத்தில் முடிக்கவில்லை. பயனர்கள் பொருள் இழப்புக்கும் மன உளைச்சலுக்கும் ஆளாயினர்; எனில், பயனர்களுக்கு இழப்பீடு எதுவும் கிட்டவில்லை. மறுபுறம் அவர்கள் கட்ட வேண்டிய தவணைத் தொகை தாமதமானால், அவை அதீத வட்டியோடு (24% வரை) வசூலிக்கப்பட்டன. மேலும் கட்டுநர்கள் விற்பனைக்குப் பயன்கொண்ட பரப்பளவு, வீட்டின் உண்மையான பரப்பைவிட கணிசமான அளவில் அதிகமாக இருந்தது. பணிகள் நடந்துகொண்டிருக்கும் போதே வீடுகள் கையளிக்கப்பட்டதும் நடந்தது.

ரேராவின் பிரவேசம்

பயனர்களின் கையறு நிலை பல காலம் பேசுபொருளாக இருந்தது. 2016இல் அடுக்கக வணிகத்தைக் கண்காணிக்க ஒவ்வொரு மாநிலமும் ஓர் ஆணையத்தை நிறுவ வேண்டுமென்று நாடாளுமன்றம் சட்டம் இயற்றியது. இதற்கு ரியல் எஸ்டேட் ஒழுங்கமைவு ஆணையம் (Real Estate Regulating Authority, RERA- ரேரா) என்று பெயர். இதன்படி ஒரு மனையிடத்தில் எட்டு வீடுகளுக்கு அதிகமாகக் கட்டுகிற கட்டுநர், தமது திட்டத்தை ரேராவில் பதிவு செய்து ஒப்புதல் பெற வேண்டும். மனையிடம் வாங்கிய ஆவணம், வில்லங்கச் சான்று, கட்டுமானம் அங்கீகரிக்கப்பட்ட வரைபடங்கள், விளம்பரங்கள் அனைத்தையும் ரேராவிடம் சமர்ப்பிக்க வேண்டும். வீட்டின் பரப்பளவிற்கு மட்டுமே விலை வைக்க வேண்டும். ஒவ்வொரு திட்டத்திற்கும் தனி வங்கிக் கணக்கு வைத்திருக்க வேண்டும். பயனரிடமிருந்து பெறும் பணத்தில் 70%ஐ இந்த கணக்கில் போட வேண்டும். இந்தப் பணம் குறிப்பிட்ட திட்டத்திற்கு மட்டுமே பயன்படுத்தப்பட வேண்டும். அரசுத் துறையின் பணி நிறைவுச் சான்று பெற்ற பின்பே வீடுகள் கையளிக்கப்பட வேண்டும். கையளிக்கப்படும் நாள் பயனருடனான ஒப்பந்தத்தில் குறிக்கப்பட வேண்டும். கட்டுமான காலம் நீண்டு போனால் கட்டுநர் இழப்பீடு வழங்க வேண்டும். தவணைப் பணம் தாமதமானால் பயனர் அதை வட்டியுடன் கட்ட வேண்டும். இந்த வட்டி ஸ்டேட் வங்கியின் நடப்பு வட்டியைவிட 2% மட்டுமே அதிகமிருக்கலாம்.

தொடரும் ஏற்றத்தாழ்வு

இந்த விதிகள் அமலுக்கு வந்ததும் பயனர்களின் பிரச்சினைகள் எல்லாம் முடிவுக்கு வந்திருக்க வேண்டும். ஆனால் வரவில்லை. பிரச்சினைகள் தொடர்கின்றன. அவற்றில் இரண்டு முக்கியமானவை.

முதலாவது பணி நிறைவுச் சான்றிதழ் தொடர்பானது. சென்னையில் இதை பெருநகர் வளர்ச்சிக் குழுமமும் (சி.எம்.டி.ஏ) மற்ற நகரங்களில் ஊரமைப்பு இயக்ககமும் (டி.டி.சி.பி) வழங்குகின்றன. கட்டட வரைபடத்தை அங்கீகரிப்பதும் இதே அமைப்புகள்தான். பணி நிறைந்ததாகக் கட்டுநர் விண்ணப்பித்ததும், மேற்படி வரைபடங்களின்படி கட்டடம் கட்டப்பட்டிருக்கிறதா என்று இவை சரி பார்க்கும். சரியாக இருந்தால் சான்று வழங்கிவிடும். இந்தியாவில் பல மாநிலங்களிலும் இப்படித்தான் நடக்கிறது. அப்படியானால் இது சரிதானே? இல்லை.

சி.எம்.டி.ஏ பணி நிறைந்ததாகச் சான்றளிக்கும்போது வீடுகளுக்கு மின்சாரம் வந்திருக்காது. குடிநீரும், கழிவுநீரும் பொதுச் சேவையோடு இணைக்கப்பட்டிருக்காது. மின் தூக்கிகளை அரசின் மின் ஆய்வுத்துறை பரிசோதித்திருக்காது. இந்தச் சேவைகள் இல்லாமாலேயே சான்றளிக்கப்படும். பயனர் குடியேறுவார். கட்டுநர் குடிநீரை விலைக்கு வாங்குவார். கழிவுநீரை டாங்கர்களில் வெளியேற்றுவார். கட்டுமானப் பணிகளுக்கு பெற்ற மின் இணைப்பை வீடுகளுக்கும் மின் தூக்கிகளுக்கும் பயன்படுத்துவார். இதற்கான செலவினங்களை பயனர்களிடமிருந்தே வசூலிப்பார். பல மாதங்களிலிருந்து ஒன்றோ

இரண்டு ஆண்டுகள் வரை இப்படி நடக்கும். அதன் பிறகு பயனர்களின் சங்கத்திற்கு அடுக்ககத்தின் பராமரிப்பைக் கைமாற்றுவார். அப்போது இந்தச் சேவைகள் கிட்டியிருந்தால் அது பயனர்களின் நல்வாய்ப்பு. இல்லையென்றால் சங்கம் இந்தச் சேவைகளைப் பெறுவதற்குப் படாத பாடுபட வேண்டியிருக்கும்.

இரண்டாவது பிரச்சினை இழப்பீடு தொடர்பானது. ரேரா சட்டம் பயனர்கள் இழப்பீடு பெறலாம் என்கிறது. ஆனால் நடைமுறையில் இதற்காக வழக்குத் தொடர வேண்டியிருக்கும். ரேராவிற்காக ஒரு தீர்ப்பாயமும் இருக்கிறது. அதில் வழக்கறிஞரை நியமித்து பயனர் வாதாட வேண்டும். நமது நீதிமன்றங்களில் சிவில் வழக்குகள் சந்திக்கிற எல்லாத் தாமதங்களுக்கும் உட்பட்டே இந்த வழக்குகளும் நடக்கும். ஒவ்வொரு வாய்தாவையும் கட்டுநர் கோரிப் பெறும்போது 40 நாட்கள் வரை வழக்கு தள்ளிப்போகும். நெடிய சட்டப் போரைத் தாங்குகிற வலு பயனர்களுக்கு இருப்பதில்லை. குறைகளோடு சமரசம் செய்துகொண்டு குடிபுகுவோரே மிகுதி. அதையும் மீறி வழக்காடும் பயனர்கள் இழப்பீட்டிற்கான ஆணையைப் பெறலாம். ஆனால் இழப்பீட்டுத் தொகையைக் கட்டுநரிடமிருந்து பெறுவது எளிதன்று. காரணம் ரேரா ஆணை வழங்கினாலும் கட்டுநர்கள் பலர் இழப்பீட்டை வழங்குவதில்லை. ஏனெனில் தமது தீர்ப்பைச் செயலாக்குகிற அதிகாரம் ரேராவிற்கு இல்லை. அதாவது ரேராவிற்குப் பல் இல்லை. ஆக, வழக்காடும் பயனர்களுக்கு உரிய நேரத்தில் வீடும் கிடைப்பதில்லை, இழப்பீடும் கிடைப்பதில்லை, வழக்காடும் செலவும், வாடகை இழப்பும், கால விரயமும்தான் மிச்சம். சமூக வலைதளங்களில் இப்படியான பல பயனர்களின் அவலக் கதைகள் காணக் கிடைக்கின்றன.

என்ன செய்யலாம்?

எத்தனை சட்டங்கள் வந்தாலும் வல்லவர்கள் பக்கமே துலாக்கோல் சாய்கிறது என்றால் அந்த சமூகத்தில் சட்டத்தின் மாட்சிமை (rule of law) பேணப்படுவதில்லை என்றுதான் பொருள். என்ன செய்யலாம்?

ஹாங்காங் அடுக்ககங்களுக்குப் பெயர் போனது. அங்கு கட்டுமானம் தொடர்பான எல்லா அங்கீகாரங்களையும் கட்டடத் துறைதான் (Buildings Department) வழங்குகிறது. சேவை நிறுவனங்கள் தங்களது சேவைகள் வழங்கப்பட்ட பிறகு அதைக் கட்டடத் துறைக்குத் தெரிவிக்கும். அதன் பிறகே கட்டடத் துறை பணிநிறைவுச் சான்றிதழ் வழங்கும். அதன் பிறகே கட்டுநர் வீடுகளைப் பயனர்களுக்குக் கையளிக்க முடியும். நாமும் இந்த மாதிரியைப் பின்பற்றலாம். எல்லாச் சேவைகளும் வழங்கப்பட்ட

பிறகுதான் சி.எம்.டி.ஏ பணிநிறைவுச் சான்று வழங்க வேண்டும். ரேரா இதை உறுதிப்படுத்திக்கொண்ட பிறகே கட்டுநருக்கு வீடுகளைக் கையளிப்பதற்கான அனுமதியை நல்க வேண்டும். ரேரா அதிகாரம் மிக்க அமைப்பாக உருவாக வேண்டும். பாரம்பரியமான தீர்ப்பாயங்களுக்குப் பதிலாக முறையீடுகளை விரைவாக விசாரித்து தீர்ப்பு வழங்கும் எளிய நடைமுறைகளை உருவாக்க வேண்டும்.

அடுக்கக வணிகத்தில் ஒரு பக்கமாக சாய்ந்து நிற்கும் துலாக்கோல் நடுவுநிலையோடு விளங்க வேண்டும். நமது அரசாங்கங்களும் நீதித்துறையும் அதை உறுதிப்படுத்த வேண்டும்.

○ **இந்து தமிழ் திசை 19.3.2024**

12

சாலிகிராமம் வழங்கும் பாடம்

லண்டன் நகரின் நடுநாயகமான பகுதிகளில் ஒன்று வெஸ்ட்மினிஸ்டர். அது அரச மாளிகைகளும் கலைக்கூடங்களும் தேவாலயங்களும் அமைந்த நகரின் பெருமைமிக்க பகுதிகளுள் ஒன்று. அந்தப் பெயர்தான் சென்னை சாலிகிராமத்தில் 2016இல் கட்டி முடிக்கப்பட்ட அடுக்கக வளாகத்திற்கும் சூட்டப்பட்டது. மூன்று அடுக்ககங்கள், ஒவ்வொன்றும் 17 மாடிகள், மொத்தம் 613 வீடுகள். பிரச்சினைகள் பெரிதானபோது 486 வீடுகள் விற்கப்பட்டிருந்தன. இந்த வீடுகளை வாங்கியவர்கள் லண்டன் வெஸ்ட்மினிஸ்டர் போல தங்கள் வளாகமும் சென்னை நகரத்தின் சிறப்பான பகுதியாக விளங்கும் என்று பெருமைப்பட்டிருப்பார்கள். ஆனால் அந்தப் பெருமை அதிக காலம் நீடிக்கவில்லை.

2017இல் கட்டடத்தில் விரிசல்கள் தோன்றத் துவங்கின. 2021இல் இது அதிகரித்தது. பல வீடுகளில் பூச்சுகள் பெயரத் தொடங்கின. மாடங்களில் பொருத்தியிருந்த இரும்புக் கிராதிகளின் பிடிமானங்கள் இளகின. சில வீடுகளின் கான்கிரீட் தளங்களின் அடிப்பகுதிகள் பெயர்ந்து விழுந்தன. அப்போது வெளித்தெரிந்த கம்பிகள் துருவேறியிருந்தன. உச்சமாக ஆகஸ்ட் 2023இல் சில தாழ்வாரங்களிலும் இடைவழிகளிலும் கான்கிரீட் தளங்களின் கணிசமான அடிப்பகுதிகள் பெயர்ந்து விழுந்தன.

நோய் முதல் நாடி...

இந்தச் சேதாரங்களுக்கு என்ன காரணம்? கான்கிரீட் கலவையில் குளோரைடு கலந்துவிட்டது என்கிறார் கட்டுநர் (Developer- ஜெயின் ஹவுசிங் லிமிடெட்). கலவையில் உப்பு நீர் பயன்படுத்தப்பட்டாலோ, ஜல்லி, மணல் ஆகிய சேர்மானங்களில் கசடுகள் முறையாகக் கழுவிக் களையப்படாமல் இருந்தாலோ குளோரைடு உட்புகுந்துவிடும். இது

குறிப்பிட்ட அளவைத் தாண்டினால் கம்பி துருப்பிடிக்க ஏதுவாகும். துருவேறிய கம்பி பருக்கும், அதாவது அளவில் பெரிதாகும். அப்போது அது கான்கிரீட்டின் அடிப்பாகத்தை அழுத்தும். விரிசல்கள் தோன்றும். இந்த அழுத்தம் மிகுந்தால் கான்கிரீட் பெயர்ந்து விழும். இப்படி நடந்திருக்க வாய்ப்பிருக்கிறது. எனில், இதை முறையாக ஆராய்ந்து சேதாரத்திற்கான காரணங்களைக் கண்டறிய வேண்டும். நோய்முதல் நாடினால்தான், அது தணிக்கும் வாய்நாடி வாய்ப்பச் செயலாற்ற முடியும். இந்த அடுக்ககத்தில் குளோரைடு தாக்குதல் இனியும் தொடருமா? அதை எப்படி நேரிடுவது? இதையும் ஆய்வுகள் வழியாக ஓரளவிற்கு அனுமானிக்க முடியும்.

இது காறும் என்ன நடந்திருக்கிறது? 2019இல் கட்டுநர் திருத்தப் பணிகள் மேற்கொண்டிருக்கிறார். தொடர்ந்து கட்டுநர் மேற்கொண்ட திருத்தப் பணிகள் முறையாக இல்லை என்றனர் வீட்டு உரிமையாளர் சங்கத்தினர். ஒரு கட்டத்தில் சங்கமே திருத்தப் பணிகளை மேற்கொண்டது. சேதாரங்கள் தொடர்ந்தன. பணிகள் வளர்ந்துகொண்டே போயின. சங்கம் நீதிமன்றத்தை நாடியது. நீதிமன்றம் வழக்கை எடுத்துக்கொண்டது; விற்கப்படாமலிருக்கும் 127 வீடுகளை நீதிமன்றத்தின் அனுமதியின்றி விற்கலாகாது என்றும் உத்தரவிட்டது.

தொடர்ந்து, உரிமையாளர் சங்கம் தமிழக அரசிடமும் முறையிட்டது. சென்னைப் பெருநகர வளர்ச்சிக் குழுமம் (சி.எம்.டி.ஏ), சென்னை மாநகராட்சி ஆகியவற்றின் அதிகாரிகளும் மக்கள் பிரதிநிதிகளும் அடுக்ககங்களைப் பார்வையிட்டனர். சமூக ஊடகங்களில் காணொலிகள் வெளியாகின. இவற்றுக்குப் பலன் இருந்தது. 2023 ஆகஸ்ட்டில் கட்டுநரும் உரிமையாளர் சங்கத்தினரும் ஒரு புரிந்துணர்வு ஒப்பந்தத்தில் ஒப்பமிட்டனர். சங்கம் திருத்தப் பணிகளுக்காக இதுவரை செலவிட்டிருக்கும் தொகையை (ரூ. 4.48 கோடி) கட்டுநர் நான்கு தவணைகளில் திரும்பச் செலுத்துவார்.

மேலும், சேதாரங்களுக்கான காரணங்களைக் கண்டறியுமாறு, சென்னை ஐ.ஐ.டி.யும் தமிழக அரசும் இணைந்து நடத்தும் 'கியூப்' எனும் ஆலோசனை நிறுவனத்தைக் கேட்டுக்கொண்டது தமிழக அரசு. இந்த ஆய்வு கான்கிரீட் கலவையில் பயன்படுத்தப்பட்ட நீரில் குளோரைடு இருந்ததைக் கண்டறிந்தது. மேலும் கான்கிரீட்டின் வெளிப்புறத்திற்கும் கம்பிக்குமான இடைவெளி (cover) போதுமான அளவில் இல்லை என்றும் கண்டறிந்தது. இதனால் விரிசல்கள் தோன்றும், காற்றில் உள்ள

ஆக்சிஜன் எளிதில் கம்பியை அடையும், கம்பி துருப்பிடிக்கும், கான்கிரீட் பெயர்ந்து விழும்.

ஆய்வின் முடிவில், இந்தச் சீர்குலைவு தொடரும், திருத்தப் பணிகள் மேற்கொள்வதில் பயனில்லை, இதில் வசிப்பது பாதுகாப்பானதில்லை, ஆகவே கட்டுமானங்களை இடிக்க வேண்டும் என்று பரிந்துரைத்தது குழு.

செப்டம்பர் 2024இல் மூன்று அடுக்ககங்களையும் இடித்து புதிய அடுக்கங்களைக் கட்டுமாறு ஆணையிட்டது நீதிமன்றம். கட்டுநருக்குச் சலுகையாக புதிய கட்டுமானத்தில் கூடுதல் வீடுகளைக் கட்டி விற்றுக் கொள்ளலாம் என்றும் அனுமதித்தது. இந்தக் கட்டுமான காலத்தில் பயனர்களுக்கு வீட்டு வாடகை வழங்க வேண்டுமென்றும், மூன்றாண்டு கால வாடகைப் பணத்தை நீதிமன்றத்தில் கட்டிவைக்க வேண்டுமென்றும் ஆணையிட்டது.

இப்போது (ஏப்ரல் 2025) மூன்று அடுக்ககங்களும் இடிக்கப்பட்டுவிட்டன. கட்டுமானச் சிதிலங்கள் முழுமையாக அகற்றப்படவில்லை. புதிய கட்டுமானம் எப்போது துவங்கும், எப்போது முடியும், அதன் வரைபடங்கள் அங்கீகரிக்கப்பட்டனவா, புதிய கட்டுமானத்தை யார் மேற்பார்ப்பார்கள் முதலான விவரங்களை அறியக்கூடவில்லை. உரிமையாளர் சங்கம் தொடர்ந்து கண்காணிக்கவும் எதிர்வினையாற்றவும் வேண்டும்.

நகரங்களில் அடுக்ககம் தவிர்க்க முடியாத அம்சமாகிவிட்டது. இந்த வெஸ்ட்மினிஸ்டர் அடுக்ககத்தின் வீடுகள், பரப்பளவைப் பொறுத்து ரூ.90 இலட்சம் முதல் ரூ.150 இலட்சம் வரை விற்கப்பட்டிருப்பதாகத் தெரிகிறது. பலரும் வங்கிக் கடன் வாங்கியிருப்பார்கள். மாதந்தோறும் பல்லாயிரம் ரூபாய் தவணைப் பணம் கட்ட வேண்டும். இது அவர்களுக்குத் தெரியும். ஆனால் தாங்கள் வாங்கிய வீட்டின் கூரை உதிர்ந்து வீழக்கூடும் என்று அவர்களில் யாரும் எதிர்பார்த்திருக்க மாட்டார்கள். இவ்வாறான இன்னல்கள் நேராதிருக்க என்ன செய்ய வேண்டும்?

பொறியியல் வடிவமைப்பின் முக்கியத்துவம்

அடுக்ககங்களைக் கட்டுவதற்கான அனுமதியை மாநகராட்சிகள், நகர் ஊரமைப்பு இயக்ககம் (டி.டி.சி.பி), சி.எம்.டி.ஏ முதலான அமைப்புகள் வழங்குகின்றன. இதற்குத் 'திட்ட அனுமதி' (planning permission) என்று பெயர். இந்த அனுமதி வழங்கும் முன்னர் கட்டடத்தின் நீளம், அகலம், உயரம்; கட்டடத்தைச் சுற்றி விடவேண்டிய இடைவெளிகள், அறைகளின் பயன்பாடு, கட்டுமானப் பரப்பு முதலானவை சரிபார்க்கப்படும்.

கட்டடங்கள் கட்டி முடிக்கப்பட்ட பிறகு அதற்கான சான்றிதழையும் மேற்குறிப்பிட்ட அரசு நிறுவனங்களே வழங்கும். அப்போதும் திட்ட அனுமதிக்கு இணங்கக் கட்டடம் கட்டப்பட்டிருக்கிறதா என்று சரிபார்க்கப்படும். எனில், ஒரு முக்கியமான அம்சம் போதிய கவனம் பெறுவதில்லை. அது அடுக்ககத்தின் கட்டமைப்புப் பொறியியல் சார்ந்த வரைபடங்கள் (structural engineering drawings). இந்தப் படங்களைச் சமர்ப்பிப்பது இந்தியாவின் பல நகரங்களில் கட்டாயமில்லை. சென்னையில் கடந்த சில ஆண்டுகளாக இந்த வரைபடங்கள் பெறப்படுகின்றன. ஆனால் அவை பரிசோதிக்கப்படுவதாகத் தெரியவில்லை. அவற்றுக்குத் தனியே அனுமதியோ அங்கீகாரமோ வழங்கப்படுவதாகவும் தெரியவில்லை.

கட்டமைப்பு வரைபடத்தை எப்படிப் புரிந்து கொள்வது? ஒரு கட்டடத்தை மனித உடல் என்று வைத்துக்கொண்டால், ஒரு கட்டடக் கலைஞர் (architect) உடலமைப்பைக் குறித்தும் தோற்றப் பொலிவைக் குறித்தும் அக்கறை கொள்வார். ஒரு கட்டமைப்புப் பொறியாளர் (structural engineer) எலும்புக் கூட்டைக் குறித்தும் தசையை எலும்போடு பிணைக்கும் தசைநார்கள் குறித்தும் அக்கறை கொள்வார். ஆகவே பின்னவர் தயாரிக்கும் பொறியியல் வரைபடங்கள் முக்கியமானவை. தளங்கள், உத்திரங்கள், தூண்கள், அடித்தளங்கள், ஊடுகம்பிகள் முதலான அனைத்துப் பொறியியல் விவரங்களும் இந்தப் படங்களில் இருக்கும். இவை தக்க பொறியாளர்களால் தயாரிக்கப்படுவதும், முறையாகப் பரிசீலிக்கப்பட்டு இவற்றுக்கு அனுமதி வழங்கப்படுவதும் அவசியமானவை.

மேலும், நல்ல கட்டுமானம் முறையான வடிவமைப்போடு முடிந்துவிடுவதில்லை. அவை சரிகணக்காகக் கட்டப்படவும் வேண்டும். கட்டுமானப் பொருட்கள் தரமாக இருக்க வேண்டும். அவை தொடர்ந்து சோதிக்கப்படவும் வேண்டும். இவற்றைச் செம்மையாக நடப்பிலாக்க விதிமுறைகள் அவசியமானவை.

புதிய விதிகள்

கட்டுமானம் தொடர்பான விதிமுறைகள் 'வளர்ச்சிக் கட்டுப்பாட்டு விதிகள்' (Development Control Rules) என்றழைக்கப்படுகின்றன. இந்த விதிமுறைகளில் இருந்த போதாமைகளை வல்லுனர்கள் எடுத்துக்கூறி வந்தனர். இதைத் தொடர்ந்து 2019இல் தமிழக அரசு ஒருங்கிணைந்த வளர்ச்சி விதிகளை (Tamilnadu Combined Development and Building Rules, 2019) வெளியிட்டது. இதில் அடுக்ககங்களுக்குப் பொறியியல்

வரைபடங்கள் கோரப்பட்டன. மேலதிகமாகக் கட்டடக் கலைஞர், கட்டுமானப் பொறியாளர், வடிவமைப்புப் பொறியாளர், மண்ணியல் பொறியாளர், தரக்கட்டுப்பாட்டு ஆய்வாளர் முதலானோரை கட்டுநர் நியமிக்க வேண்டும் என்றும் புதிய விதிகள் கோருகின்றன. இவர்களது கடமைகளும் வரையறுக்கப்பட்டிருக்கின்றன. இந்தியாவின் பல மாநிலங்களில் 'வளர்ச்சி விதிகள்' திட்ட அனுமதியோடு நின்று கொள்கின்றன. ஆகவே இந்தப் புதிய விதிகள் வரவேற்கத்தக்க முன்னெடுப்பு என்பதில் ஐயமில்லை. அதே வேளையில் சாலிகிராமங்களையும் மவுலிவாக்கங்களையும் முற்றிலும் தவிர்க்க இந்த விதிமுறைகள் விரிவாக்கப்பட வேண்டும். சில கட்டுநர்கள் தங்களால் நியமிக்கப்பட்ட கட்டுமானப் பொறியாளர்களுக்குத் தெரிவிக்காமலும், அவர்கள் அனுமதியின்றியும் பல கான்கிரீட் பணிகளை மேற்கொள்வதாக ஒரு கட்டுமானப் பொறியாளர் சமீபத்தில் என்னிடம் குறைப்பட்டுக்கொண்டார்.

என்ன செய்யலாம்?

ஒவ்வொரு அடுக்ககத்திற்கும் ஒரு கட்டடக் கலைஞரும் ஒரு கட்டமைப்புப் பொறியாளரும் பொறுப்பாக்கப்பட வேண்டும். இவர்களுக்குக் கல்வியையும் அனுபவத்தையும் மட்டும் தகுதியாகக் கொள்ளாமல், இப்படியான பொறுப்பான பதவி வகிப்பதற்கு ஏற்ப தேர்வு முறைகளைக் கடினமாக்கலாம். இவர்களைத் தமிழ்நாடு பணியாளர் தேர்வாணையத்தின் (டி.என்.பி.எஸ்.சி) வாயிலாகவோ, இந்தியப் பொறியியல் கழகத்தின் (Institution of Engineers, India) வாயிலாகவோ தேர்ந்தெடுக்கலாம். இவர்களைப் பதிவு பெற்ற கட்டடக் கலைஞர் (registerd architect) என்றும் பதிவு பெற்ற கட்டமைப்புப் பொறியாளர் (registered structural engineer) என்றும் அழைக்கலாம். இவர்களுக்குப் போதிய அதிகாரங்கள் வழங்கப்பட வேண்டும்; தவறிழைத்தால் தண்டனையும் வழங்கப்பட வேண்டும்.

கட்டுமான காலத்தில் கட்டுமானத்தைத் தொடர்ந்து மேற்பார்க்க வேண்டும். கட்டுமானப் பொருட்களை ஆய்வுக்கூடச் சோதனைகளுக்கு உட்படுத்த வேண்டும். இது தொடர்பான ஆய்வறிக்கைகளைச் சமர்ப்பிப்பது பதிவு பெற்ற பொறியாளரின் கடமையாக இருக்கவேண்டும்.

மேற்குறிப்பிட்ட பதிவு பெற்ற கட்டடக் கலைஞரும் கட்டமைப்புப் பொறியாளரும் தங்களுக்கு உதவியாகக் கட்டுமானப் பொறியாளர், வடிவமைப்புப் பொறியாளர், மண்ணியல் பொறியாளர் முதலான நபர்களை நியமித்துக்கொள்ள வேண்டும்.

பதிவு பெற்ற பொறியாளர் சமர்ப்பிக்கும் வரைபடங்கள், கணக்கீடுகள், மண் பரிசோதனை அறிக்கைகள் முதலானவற்றைப் பரிசீலிக்கவும், கட்டுமானத்திற்கு அனுமதி வழங்குவதற்கும் தக்க பொறியாளர்களை அரசு நிறுவனங்கள் நியமித்துக்கொள்ள வேண்டும். கட்டுமான காலத்தில் போதிய கால இடைவெளியில் அடுக்ககங்களை அரசுப் பொறியாளர்களும் மேற்பார்க்க வேண்டும்.

கட்டடக் கலைஞரையும் கட்டுமானப் பொறியாளரையும் பதிவு செய்வது போலவே ஒப்பந்ததாரர்களையும் அரசு பதிவு செய்ய வேண்டும். இவர்களுக்கான கடமைகளையும் வரையறுக்க வேண்டும். தற்சமயம் ஒரு கட்டுமானத்தில் குறைபாடு ஏற்பட்டால் அதற்குக் கட்டுநரையே பொறுப்பாக்குகிறோம். எல்லாக் கட்டுநர்களும் பொறுப்போடு நடந்து கொள்வதில்லை. ஆகவே பதிவு பெற்ற கட்டிடக் கலைஞர், கட்டுமானப் பொறியாளர், ஒப்பந்ததாரர் ஆகியோரையும் பொறுப்பாக்க வேண்டும். அதற்கேற்ப நம் விதிமுறைகளை விரிவாக்க வேண்டும்.

இப்படியான விதிமுறைகளைப் பின்பற்றித்தான் ஹாங்காங்கின் அடுக்ககங்கள் கட்டப்பட்டு வருகின்றன. ஹாங்காங்கில் 9000க்கும் மேற்பட்ட அடுக்கங்கள் இருக்கின்றன. இவற்றில் சரி பாதி வானளாவிய கட்டடங்கள் (sky scrapers) எனும் வகைமையில் வரும். இவற்றின் உயரம் 100 மீட்டருக்கும் மேல் (சுமார் 33 மாடிகள்). இவை எல்லாம் பாதுகாப்போடு விளங்குவதற்கு மேற்கூறிய விதிமுறைகள் எந்தச் சமரசமுமின்றி அனுசரிக்கப்படுவதுதான் காரணம். நமது கட்டுமானங்கள் சர்வதேசத் தரத்தில் விளங்க நமது விதிமுறைகளும் சர்வதேசத் தரத்தில் உயர்த்தப்படவேண்டும். அப்போது சாலிகிராமச் சம்பவங்கள் நிகழாது.

ஒரு முறைதான்

சாலிகிராமம் நமக்கு இன்னொரு பாடத்தையும் உணர்த்துகிறது. கான்கிரீட் நம் காலத்தின் மிக முக்கியமான கண்டுபிடிப்பு. அதுவே அடுக்கு மாடிக் கட்டடங்களைச் சாத்தியமாக்கியது. அதன் இடு பொருட்கள் தரமானவையாக இருக்க வேண்டும், முறையாகக் கலக்கப்பட வேண்டும், சரியாக வார்க்கப்பட வேண்டும், குறையின்றி நீராற்றப்பட(curing) வேண்டும். இவையனைத்தும் முதல் முறையிலேயே சரியாகச் செய்யப்பட வேண்டும். ஏனெனில் கான்கிரீட் ஒரு கண்டிப்பான ஆசானைப் போன்றது. அது பிழைகளைச் சகித்துக் கொள்வதில்லை. அதில் திருத்தப் பணிகள் மேற்கொள்வது சிரமமானது.

❍ **அருஞ்சொல்.காம் 1.9.2023**

13

கிளாம்பாக்கம் – பிரச்சினைகளும் தீர்வுகளும்

2024ஆம் ஆண்டின் முதல் இரண்டு மாதங்களில் செய்திகளிலும் சமூக ஊடகங்களிலும் தொடர்ந்து இடம் பெற்று வந்தது கிளாம்பாக்கம். சென்னை நகரிலிருந்து தென் மாவட்டங்களுக்குச் செல்லும் பேருந்துகள் கோயம்பேடு பேருந்து முனையத்திலிருந்து இயங்கி வந்தன. இந்த முனையம் 2023, டிசம்பர் 30 அன்று வண்டலூருக்கு அருகிலுள்ள கிளாம்பாக்கத்திற்கு மாற்றப்பட்டது. முதல்வர் மு.க.ஸ்டாலின் புதிய முனையத்தைத் திறந்து வைத்தார். 88.52 ஏக்கர் பரப்பளவில், 200 நடைமேடைகள், மேலதிகமாக 300 பேருந்துத் தரிப்பிடங்கள், கார்களும் இரு சக்கர வாகனங்களும் நிறுத்திக்கொள்ள இரண்டு தாழ்தளத் தரிப்பிடங்கள், பணியாளர் ஓய்வறைகள், கடைகள் இன்ன பிறவற்றுடன் பயன்பாட்டுக்கு வந்திருக்கும் 'கலைஞர் நூற்றாண்டு பேருந்து முனையம்' ஆசியாவின் ஆகப் பெரிய பேருந்து நிலையங்களில் ஒன்றாக இருக்கும். ஆனால் வந்த நாள் முதல் இந்த முனையம் ஒரு பேசுபொருளாகி இருக்கிறது. பயணியரும் ஊடகரும் பல குற்றச்சாட்டுகளை முன் வைத்தனர். அவற்றில் இரண்டு அதிகம் விவாதிக்கப்பட்டன.

முதலாவது குற்றச்சாட்டு, முனையத்திலிருந்து விடப்படும் தொலைதூரப் பேருந்துகள் போதுமானவையன்று. இரண்டாவது,

முனையம் நகரத்திற்கு வெளியே இருக்கிறது. முனையத்திற்கு வந்து சேரவும், முனையத்திலிருந்து நகரத்தைச் சென்றடையவும் விடப்படும் மாநகரப் பேருந்துகளும் போதுமானவையன்று.

தொலைதூரப் பேருந்துகள் போதுமானவையா?

முதலாவது குற்றச்சாட்டு முனையம் பயன்பாட்டிற்கு வந்து சில நாட்களுக்குப் பிறகுதான் மேலெழும்பியது. குறிப்பாக, 2024, பிப்ரவரி 9ஆம் நாள் வெள்ளி இரவு முனையம் ததும்பி வழிந்தது. அடுத்த இரண்டு நாட்கள் விடுமுறை. சென்னைவாசிகளில் கணிசமானோர் அயலூர்களிலிருந்து புலம் பெயர்ந்து இந்த மாநகரத்தில் வாழ்பவர்கள். இப்படியான விடுமுறைகளில் அவர்களில் பலர் சொந்த ஊர்களுக்கு வலசை போவார்கள். அதனால் கூடுதல் பேருந்துகள் வேண்டி வரும். இது போக்குவரத்துத் துறைக்குத் தெரியும். ஆனால் மேற்குறிப்பிட்ட விடுமுறை நாட்கள் முகூர்த்த நாட்களாகவும் இருந்தன. ஆகவே அன்று பயணம் செய்தவர்களின் எண்ணிக்கை மிக அதிகமாக இருந்தது. அன்றைய தினம் மதுராந்தகம் அருகே ஏற்பட்ட விபத்தால் விழுப்புரத்திலிருந்து பேருந்துகள் கிளாம்பாக்கத்திற்கு வந்து சேருவதில் தாமதம் ஏற்பட்டது என்று விளக்கமளித்தார் போக்குவரத்துத் துறை அமைச்சர் சிவசங்கர். ஆனால் பயணிகளின் எண்ணிக்கை இப்படி அதிகரிக்கும் என்பதைப் போக்குவரத்துத் துறை கணிக்கவில்லை என்றுதான் தோன்றுகிறது. அன்றிரவு, பயணிகளில் வல்லவர்கள் கிடைத்த பேருந்துகளில் அடித்துப் பிடித்து ஏறினார்கள். மற்றவர்கள் காத்திருந்தனர். காத்திருப்பு நீண்டபோது அவர்கள் மறியலில் ஈடுபட்டனர். நிலைமை சீராக இரவு இரண்டு மணியானது.

அடுத்து வந்த வெள்ளிக்கிழமை (16.2.24) அரசு முன்னெச்சரிக்கையுடன் செயல்பட்டது. அன்றைய தினம் தமிழ்நாடு அரசுப் போக்குவரத்துக் கழகத்தின் (TNSTC) 361 பேருந்துகளும், மாநில விரைவுப் போக்குவரத்துக் கழகத்தின் (SETC) 734 பேருந்துகளும், இவற்றுடன் கூடுதலாக 120 பேருந்துகளும், ஆக 1,215 பேருந்துகள் இயங்கின. அந்த வெள்ளிக்கிழமை மட்டும் சுமார் ஒரு இலட்சம் பேரின் காலடிகள் முனையத்தில் பதிந்ததாக தரவுகள் வெளியாயின. அந்த வார இறுதியில், வெள்ளி, சனி, ஞாயிறு ஆகிய நாட்களில், பேருந்துகளில் மொத்தம் எத்தனை காலியிடங்கள் இருந்தன என்கிற விவரத்தையும் போக்குவரத்துத் துறை வெளியிட்டது. அதாவது பேருந்துப் பற்றாக்குறை என்கிற முதல் பிரச்சினையைத் தீர்த்துவிடலாம் என்கிற நம்பிக்கையை அரசு அளித்திருக்கிறது.

மாநகரப் பேருந்துகள் போதுமானவையா?

அடுத்த குற்றச்சாட்டு கிளாம்பாக்கத்தைச் சென்றடைய போதிய மாநகரப் பேருந்துகள் இல்லை என்பதாகும். அரசு மாநகரப் பேருந்துகளை அதிகரித்திருக்கிறது. எனினும் ஜி.எஸ்.டி சாலையில் போக்குவரத்து அதிகமிருக்கும் நேரங்களில் முனையத்தை வந்தடைவது தாமதமாகிறது என்கிறார்கள்.

இப்போது ஒரு கேள்வியை எழுப்பிக்கொள்வது அவசியமானது. ஊருக்கு வெளியே இப்படி ஒரு பேருந்து முனையத்தைக் கட்ட வேண்டிய அவசியமென்ன? நகரின் மையப் பகுதிகளினூடாக தொலைதூரப் பேருந்துகள் கோயம்பேடுக்கு வந்து செல்வது நகரில் போக்குவரத்து நெரிசலை ஏற்படுத்துகிறது. மேலும், விழாக் காலங்களில் பெருங்களத்தூர், தாம்பரம் முதலான பகுதிகளில் ஏற்படும் நெரிசலால் தொலைதூரப் பேருந்துகள் நகர எல்லையைத் தாண்டுவதே பெரும்பாடாக இருக்கிறது. ஆகவேதான் கிளாம்பாக்கத்தைத் தேர்வு செய்தது சென்னைப் பெருநகர வளர்ச்சிக் குழுமம் (சி.எம்.டி.ஏ). ஒரு நகரம் விரிவாகும்போது பேருந்து முனையங்கள், விமான நிலையங்கள் போன்றவற்றை உலகின் பல நகரங்கள், நகருக்கு வெளியே கொண்டு சென்றிருக்கின்றன. சென்னை நகர வடிவமைப்பாளர்கள் அந்த மாதிரியைத்தான் பின்பற்றி இருக்கிறார்கள். ஆனால் நகரத்தைக் கடப்பதற்கு தொலைதூரப் பேருந்துகளுக்குப் பதிலாக அதே சாலைகளின் வழியாக மாநகரப் பேருந்துகளைப் பயன்படுத்துவதால் நெரிசல் குறையாது. அதற்குச் சாலைப் போக்குவரத்திற்குப் பதிலாக வேறு மாற்று ஏற்பாடு செய்யப்பட்டிருக்க வேண்டும்.

கிளாம்பாக்கம் மெட்ரோ ரயில்

தமிழக அரசிடம் அப்படியான ஏற்பாடு இருந்தது. அதுதான் கிளாம்பாக்கம் மெட்ரோ ரயில் திட்டம். சென்னை மெட்ரோவின் முதற் கட்டம் (Phase 1) 54கிமீ நீளமுடையது. இரண்டு தடங்களிலானது. இதில் முதல் தடம் (Corridor 1) திருவொற்றியூரில் தொடங்கி விமான நிலையத்தில் முடிகிறது. இந்தத் தடத்தில் கடந்த சில ஆண்டுகளாக மெட்ரோ ரயில் ஓடிக் கொண்டும் இருக்கிறது. இதை விமான நிலையத்திலிருந்து கிளாம்பாக்கம் வரை நீட்டிப்பதுதான் தென் சென்னை நீட்சித் திட்டம் அல்லது கிளாம்பாக்கம் மெட்ரோ ரயில் திட்டம். இதன் நீளம் 15.3 கிலோ மீட்டராக இருக்கும். இது பல்லாவரம், கோதண்டம் நகர், குரோம்பேட்டை, மகாலட்சுமி காலனி, திரு.வி.க நகர், தாம்பரம், இரும்புலியூர், பீர்க்கன்கரணை, பெருங்களத்தூர், வண்டலூர், அண்ணா உயிரியல் பூங்கா ஆகிய புதிய நிலையங்கள் வழியாக கிளாம்பாக்கம் பேருந்து முனையத்தை வந்தடையும். இந்தத் தடம் அமைக்கப்பட்டிருந்தால் பயணிகள் குளிரூட்டப்பட்ட மெட்ரோ ரயிலில் ஏறி, நெரிசலும் கால விரயமும் இல்லாமல் கிளாம்பக்கத்தை அடைந்திருப்பார்கள். போலவே, கிளாம்பாக்கத்திலிருந்து தாங்கள் போக வேண்டிய இடத்தையும் அடைந்திருப்பார்கள்.

மேலும், இந்தத் தடத்தில் அண்ணா உயிரியல் பூங்கா மெட்ரோ ரயில் நிலையம் ஒரு நட்சத்திர நிலையமாக உருவாகி இருக்கும். உலகின் பல நகரங்களில் உயிரியல் பூங்காக்களுக்கு அருகாமையில் மெட்ரோ நிலையங்கள் இருக்கின்றன. ஹாங்காங்கின் டிஸ்னி லேண்ட்டுக்குப் போனவர்கள் டிஸ்னி லேண்டை மட்டுமல்ல, சிறப்பாக வடிவமைக்கப்பட்ட டிஸ்னி மெட்ரோ நிலையத்தையும் மறக்க மாட்டார்கள். கனடாவின் கால்கரே மெட்ரோ நிலையத்தில் கண்ணைக் கவரும் விலங்குகளும் பறவைகளும் நம்மை வரவேற்கும். பெய்ஜிங் மெட்ரோவில் 370 நிலையங்கள் உள்ளன. அதில் மிகவும் புகழ் பெற்றது பெய்ஜிங் உயிரியல் பூங்கா நிலையம். அந்த நிலையத்தின் நடைமேடையில் ஒவ்வொரு நாளும் ஒரு லட்சம் பேரின் காலடித் தடங்கள் பதிகின்றன. அண்ணா உயிரியல் பூங்கா நிலையமும் அந்த வரிசையில் சேர்ந்திருக்கும். தவிர, பல்லாவரம், குரோம்பேட்டை, தாம்பரம், பெருங்களத்தூர், வண்டலூர் முதலான ஊர்க்காரர்களுக்கு மெட்ரோ ரயில் கிடைத்திருக்கும். முக்கியமாக, கிளாம்பாக்கத்திற்கு மெட்ரோ ரயிலில் போயிருக்கலாம். ஆனால் அப்படி எதுவும் நடக்கவில்லை. அடுத்த வரும் காலத்தில் அப்படி நடப்பதற்கான எந்தச் சாத்தியமும் தென்படவில்லை. ஏன்?

இந்தத் தென் சென்னை நீட்சித் திட்டத்திற்கான விரிவான அறிக்கை 2021ஆம் ஆண்டில் தயாரானது. மதிப்பீடு: ரூ.4,080 கோடி. இந்தத் திட்டத்தை அக்டோபர் 2023இல் தமிழக அரசு இடை நிறுத்தி வைத்தது. பிப்ரவரி 2025இல் சென்னை மெட்ரோ ரயில் நிறுவனம் (CMRL) இந்தத் திட்டத்தின் திருத்திய அறிக்கையைத் தமிழக அரசுக்குச் சமர்ப்பித்தது. திருத்தப்பட்ட திட்டத்தின்படி இந்தத் தடத்தில் இரண்டு அடுக்குகள் இருக்கும். முதல் அடுக்கு விரைவுச் சாலையாகவும் இரண்டாம் அடுக்கு மெட்ரோ ரயில் தடமாகவும் இருக்கும். திருத்திய திட்ட மதிப்பீடு: ரூ.9335 கோடி. ஏப்ரல் 2025இல் தமிழக அரசு இந்தத் திட்டத்திற்கு ஒப்புதல் வழங்கியது. உடன் ஒன்றிய அரசுக்குச் சமர்ப்பித்தது. இதற்கான ஒப்புதலையும் நிதியையும் ஒன்றியத்திடமிருந்து பெற வேண்டும். அது எளிதாக இருக்கப் போவதில்லை. முன் அனுபவம் அப்படித்தான் சொல்கிறது.

இப்போது சென்னை மெட்ரோவின் இரண்டாம் கட்டப் பணிகள் (Phase 2) நடந்து வருகின்றன. இதில் மூன்று வழித்தடங்கள் (Corridors 3,4&5) இருக்கும். மொத்த நீளம்: 119 கிமீ. மதிப்பீடு: ரூ.63,246 கோடி.

இந்தியாவில் உள்ள எல்லா மெட்ரோ ரயில் நிறுவனங்களிலும் ஒன்றிய அரசும் மாநில அரசும் சம பங்காளிகள். ஆதலால் திட்டப் பணியின் கட்டுமானச் செலவில் ஒன்றிய அரசும் பங்களிக்கும். சென்னை மெட்ரோவின் முதற் கட்டப் பணிகள் அவ்விதம்தான் நடந்தன. தமிழக அரசு JICA (மதுரை எய்ம்ஸ் புகழ்) எனும் ஜப்பானிய வங்கியிடம் திட்டத்திற்கான முதலீட்டில் 60%ஐ கடனாகப் பெற்றது. இது நீண்ட காலக் கடன். எனில், அசலையும் வட்டியையும் மாநில அரசுதான் கட்ட வேண்டும். மீதமுள்ள 40% முதலீட்டை ஒன்றிய அரசும் மாநில அரசும் சமமாகப் பங்கிட்டுக்கொண்டன.

சென்னை மெட்ரோவின் இரண்டாம் கட்டத்திற்கு நிதி ஆயோக்கின் பரிந்துரையோடு தமிழக அரசு, JICA, ADB, AIIB, NDB (ஜப்பான் பன்னாட்டு கூட்டுறவு முகமை, ஆசிய வளர்ச்சி வங்கி, ஆசிய உள்கட்டமைப்பு முதலீட்டு வங்கி, புதிய வளர்ச்சி வங்கி) ஆகிய பன்னாட்டு வங்கிகளிடம் கடன் பெற்று வருகிறது. எஞ்சிய முதலீட்டின் ஒரு பகுதியை மாநில அரசு வழங்கி வருகிறது. இன்னொரு பகுதியை ஒன்றிய அரசு வழங்க வேண்டும். ஆனால் அது வெகு காலம் மௌனமாக இருந்தது. ஏன்?

2019இல் சென்னை மெட்ரோவின் இரண்டாம் கட்டத்திற்கான திட்டத்தை ஒன்றிய அரசின் ஒப்புதலுக்காக அனுப்பி வைத்தது தமிழக அரசு. 2020இல் திட்டத்திற்கான அடிக்கல் நாட்டப்பட்டது. நாட்டியவர்

ஒன்றிய உள்துறை அமைச்சர் அமித் ஷா. 2021இல் பொது முதலீட்டு வாரியம் (Public Investment Board-PIB) இதை ஒன்றிய அரசின் துறை ரீதியான திட்டமாகப் பரிந்துரைத்தது. அந்த ஆண்டின் நிதிநிலை அறிக்கையிலும் இந்தியாவின் பிற மெட்ரோ ரயில் திட்டங்களுடன் சென்னை மெட்ரோவின் இரண்டாம் கட்டத்திற்கும் நிதி ஒதுக்கப்பட்டது. எனினும் அக்டோபர் 2024 வரை (பார்க்க: பக்கம் 38) பொருளாதார விவகாரங்களுக்கான அமைச்சரவைக் குழு (Cabinet Committee on Economic Affairs - CCEA) சென்னை மெட்ரோவின் திட்டத்திற்கு ஒப்புதல் வழங்கவில்லை. இதனால் ஒன்றிய அரசின் பங்கு நிறுத்தி வைக்கப்பட்டிருந்தது. 2024, பிப்ரவரி 19 அன்று தாக்கல் செய்யப்பட்ட மாநில நிதிநிலை அறிக்கையில் சென்னை மெட்ரோ ரயில் திட்டத்திற்கு மட்டும் ரூ.12,000 கோடி ஒதுக்கினார் நிதியமைச்சர் தங்கம் தென்னரசு. இது விரலுக்கு மீறிய வீக்கம்தான். ஆனால் ஒன்றிய அரசின் பாரபட்சம் தொடர்கிற நிலையில், தொடங்கிய திட்டத்தை முன்னெடுத்துச் செல்ல இந்த அதிகப்படியான ஒதுக்கீடு அவசியம் என்று மாநில அரசு கருதியிருக்கலாம். ஒரு வழியாக, அக்டோபர் 2024இல் நிலத்தின் விலை நீங்கலான திட்ட மதிப்பில் 10% வழங்க முன் வந்தது ஒன்றிய அரசு. ஆக, இரண்டாம் கட்டத்திற்கான ஒப்புதலும் நிதியுமே பெரும்பாடாக இருக்கும் நிலையில், கிளாம்பாக்கம் மெட்ரோ திட்டத்திற்கான நிதியும் தாமதமாகலாம். இந்தக் காரணங்கள் பற்றியே மதுரை, கோவை மெட்ரோ ரயில் திட்டங்களும் தாமதமாகலாம். இன்னும் ஆவடி, அம்பத்தூர், பரந்தூர் மெட்ரோ திட்டங்களும் இருக்கின்றன. அந்தத் திட்டங்களுக்கு இந்த நகரமும் இந்த நகர மக்களும் தகுதியானவர்கள்தான். ஆனால் அவை இப்போதைக்கு வரைபட மேசையிலிருந்து இறங்கி வரப் போவதில்லை.

கிளாம்பாக்கம் புறநகர் ரயில்

ஆக, சென்னைவாசிகள் கிளாம்பாக்கத்திற்கு மெட்ரோ ரயிலில் போவது உடனடியாக சாத்தியமில்லை என்று தெரிகிறது. அடுத்த வாய்ப்பு, மின்சார ரயில் (EMU Trains- Electrical Multiple Units) என்று பரவலாக அழைக்கப்படுகிற புறநகர் ரயில். நல்வாய்ப்பாக தென்னக ரயில்வேயின் கடற்கரை- செங்கல்பட்டு புறநகர் ரயில் தடம் கிளாம்பாக்கம் பேருந்து முனையத்திலிருந்து அதிகத் தொலைவில் இல்லை. வண்டலூர், ஊரப்பாக்கம் ஆகிய இரு புறநகர் ரயில் நிலையங்களுக்கு இடையே அமைந்திருக்கிறது கிளாம்பாக்கம். இங்கே பேருந்து முனையத்தை ஒட்டி ஒரு ரயில் நிலையம் அமைக்க வேண்டும் என்று தென்னக ரயில்வேயை

தமிழக அரசு கேட்டுக்கொண்டது. இதற்குத் தென்னக ரயில்வேயும் ஒப்புக்கொண்டது. எனில், இது தமிழக அரசின் கோரிக்கை என்பதால் நிலையம் அமைப்பதற்கான முழுச் செலவும் (ரூ.20 கோடி) தமிழக அரசையே சேரும்!

தென்னக ரயில்வே இப்போது கிளாம்பாக்கத்தில் புதிய நிலையத்தைக் கட்டி வருகிறது. எப்போது முடியும் என்று அறியக்கூடவில்லை. தவிர, கிளாம்பாக்கம் புதிய ரயில் நிலையத்திலிருந்து பேருந்து முனையத்திற்கு 450மீ நீளமும் 10மீ அகலமும் உடைய பாதசாரிகளின் பயன்பாட்டிற்கான ஒரு பாலம் அமைக்கவும் சி.எம்.டி.ஏ திட்டமிட்டிருக்கிறது. ஒரு மணி நேரத்தில் 5000 பயணிகள் இந்தப் பாலத்தைக் கடக்க முடியும். நிலங்களைக் கையகப்படுத்துவதில் நேர்ந்த சட்டச் சிக்கல்களால் இந்தப் பாலமும் தாமதாகிறது.

ஆம்னி பேருந்துகள்

இந்தச் சிக்கல்களுக்கிடையில் தனியாரால் இயக்கப்படும் ஆம்னி பேருந்து உரிமையாளர்கள் கோயம்பேடிலிருந்து இடம் பெயர மறுத்து நீதிமன்றத்தை நாடினார்கள். கோயம்பேடில் உள்ளதைப் போலத் தங்களுக்குப் போதுமான தரிப்பிடங்களும் பணிமனையும் கிளாம்பாக்கத்தில் இல்லையென்பது அவர்களின் வாதமாக இருந்தது. கிளாம்பாக்கத்திலிருந்து 7கிமீ தொலைவில் இருக்கும் முடிச்சூரில் கூடுதல் தரிப்பிடங்கள் கட்டப்பட்டு வருவதாகவும் அவை மார்ச்-ஏப்ரல் வாக்கில் ஆம்னி பேருந்துகளின் பயன்பாட்டிற்கு வழங்கப்படும் என்றும் சி.எம்.டி.ஏ கூறியது. அந்தச் சூழலில், ஓர் இடைக்கால ஏற்பாடாக, கோயம்பேடிலிருந்தும், சென்னை புறவழிச்சாலையில் அமைந்துள்ள போரூர், சூரப்பட்டு ஆகிய சுங்கச்சாவடிகளில் இருந்தும் பயணிகளை ஏற்றி இறக்கிக்கொள்வதற்கு ஆம்னி பேருந்துகளை அனுமதித்தது நீதிமன்றம். அவர்கள் மதுரவாயல் புறவழிச்சாலையை மட்டுமே பயன்படுத்த வேண்டுமென்றும், நகரை ஊடறுத்துச் செல்லும் ஜி.எஸ்.டி சாலையைப் பயன்படுத்தக்கூடாது என்றும் நீதிமன்றம் விதித்தது. டிசம்பர் 2024இல் முடிச்சூரில் ஆம்னி பேருந்துகளுக்கான தரிப்பிடமும் பணிமனையும் கட்டி முடிக்கப்பட்டுவிட்டன. எனினு, ஆம்னி பேருந்துகள் கோயம்பேடிலிருந்தும் நகரத்தின் பிற பகுதிகளிலிருந்தும் புறப்படுவது தொடர்கிறது.

இந்தச் சூழலில் தொலைதூரப் பயணங்களுக்கு அரசுப் பேருந்துகளைச் சார்ந்திருக்கும் சென்னைவாசிகள் கிளாம்பாக்கத்தை அடைவது எப்படி?

அவர்கள் மாநகரப் பேருந்தை மட்டுமே நம்ப வேண்டுமா? இல்லை, சில இடைக்கால ஏற்பாடுகளைச் செய்யலாம்.

இடைக்கால ஏற்பாடுகள்

1. மாதவரம்

சென்னையிலிருந்து ஆந்திரா, தெலுங்கானா மாநிலங்களுக்குச் செல்லும் பேருந்துகள் வட சென்னையின் மாதவரம் பேருந்து முனையத்திலிருந்து புறப்படுகின்றன. இப்போது தமிழக அரசு கோயம்பேடிலிருந்து புறப்பட்ட தொலைதூரப் பேருந்துகளில் 20% பேருந்துகளை மாதவரத்திற்கு மாற்றியிருக்கிறது. எஞ்சிய 80% பேருந்துகள்தாம் கிளாம்பாக்கத்திலிருந்து புறப்படுகின்றன. மாதவரத்திலிருந்து புறப்படும் பேருந்துகள் மதுரவாயல் புறவழிச் சாலையைப் பயன்படுத்தும். மாதவரத்தில் ஒரு முனையம் இருப்பதால் வட சென்னைவாசிகள் 40கிமீக்கு மேல் பயணித்து கிளாம்பாகம் போக வேண்டியதில்லை. மாதவரத்தில் வட சென்னை பகுதிகளை மட்டுமல்லாமல் பாரிமுனை, புரசைவாக்கம் பகுதிகளையும் உள்ளடக்கலாம். அயனாவரம் வரையும் நீட்டிக்கலாம். இந்தப் பயணிகள் மாதவரம் பேருந்து நிலையத்தை விரைவாக அடையும் வண்ணம் உள்ளூர் போக்குவரத்தை மேம்படுத்தலாம். இது ஜி.எஸ்.டி சாலை நெரிசலைக் கூட்டாது. இதனால் 20% கணக்கைத் தற்காலிகமாகக் கூட்டலாம். மேலும் மாதவரத்தைப் போல, ஓர் இடைக்கால ஏற்பாடாக இன்னுமொரு பேருந்து நிலையத்தை ஏற்படுத்துவது குறித்தும் பரிசீலிக்கலாம்.

2. வண்டலூர்

கிளாம்பாக்கத்தில் புறநகர் ரயில் நிலையம் வரும் வரை அருகாமை ரயில் நிலையங்களில் ஏறி இறங்கிக் கொள்வதற்கு வசதி வாய்ப்புகளை ஏற்படுத்தலாம். கிளாம்பாக்கம் பேருந்து முனையம் வண்டலூரிலிருந்து சுமார் 1.5கிமீ தொலைவிலும் ஊரப்பாக்கத்திலிருந்து சுமார் 1கிமீ தொலைவிலும் அமைந்திருக்கிறது. வண்டலூர் ரயில் நிலையத்திலிருந்து கிளாம்பாக்கம் வருவதற்கும் போவதற்கும் புதிய பேருந்துகளை இயக்கலாம். 16 பேர் பயணிக்கூடிய சிற்றுந்துகளை இயக்கத் தனியார்களுக்கு உரிமங்கள் வழங்கலாம்; சலுகைகளும் வழங்கலாம். இந்தப் பேருந்துகளிலும் சிற்றுந்துகளிலும் பயணப் பொதிகளை வைத்துக்கொள்வதற்கு தனியான இடங்களை ஒதுக்கலாம். இந்தப் பேருந்துகளும் சிற்றுந்துகளும் நின்று நிதானித்து பயணிகளை ஏற்றி இறக்க வண்டலூர் ரயில் நிலையத்தில் ஒரு பேருந்து நிலையம் அமைக்கலாம்.

3. ஊரப்பாக்கம்

ஊரப்பாக்கம் புறநகர் ரயில் நிலையமும் அதை அடுத்த கூடுவாஞ்சேரி ரயில் நிலையமும் ஜி.எஸ்.டி சாலையை ஒட்டி அமைந்திருக்கவில்லை. ஆகவே தொலைதூரப் பேருந்துகளை ஊரப்பாக்கம் ரயில் நிலையத்திலோ கூடுவாஞ்சேரி ரயில் நிலையத்திலோ நிறுத்துவதற்கு ஏற்ற வகையில் சாலைகளும் பேருந்து நிறுத்தங்களும் அமைக்கலாம்.

4. ஒருங்கிணைந்த நுழைவுச் சீட்டு

மாநகரப் பேருந்து, சிற்றுந்து, புறநகர் ரயில் முதலான பொதுப் போக்குவரத்துச் சாதனங்கள் வாயிலாகக் கிளாம்பாக்கத்தை அடையலாம். இவற்றையும் கிளாம்பாக்கத்திலிருந்து புறப்படும் தொலைதூரப் பேருந்துகளையும் ஒரே செயலியில் கொண்டு வரலாம். அதில் நிகழ்நேரத் தகவல்களையும் உள்ளிடலாம். காரைக்குடிக்குச் செல்லும் குறிப்பிட்ட பேருந்தைப் பிடிக்க வேண்டுமென்றால், தியாகராய நகரில் புறப்படும் எந்த மாநகரப் பேருந்தில் புறப்பட வேண்டுமென்றோ, அல்லது மாம்பலத்தில் புறப்படும் எந்தப் புறநகர் ரயிலில் ஏறினால், வண்டலூரில் இறங்கி, அங்கிருந்து எந்தச் சிற்றுந்தில் கிளாம்பாக்த்தை அடையலாமென்றோ இதன் மூலம் அறியலாம். இதன் அடுத்த கட்டமாக இந்தப் பயணங்களை இணைத்து ஒருங்கிணைந்த நுழைவுச் சீட்டுகளை இந்தச் செயலி மூலமே வழங்கலாம்.

இவையெல்லாம் உடனடியாகச் செய்யக்கூடியவை. ஆகவே இடைக்கால ஏற்பாட்டின் கீழ் வந்தன. எனில், இவை அனைத்தையும் நிரந்தர ஏற்பாடுகளாகப் பயன்படுத்த எந்தத் தடையுமில்லை. கூடவே, நீண்டகாலத்திற்கு பயனளிக்கக்கூடிய சில முக்கியமான திட்டங்களையும் முன்னெடுக்க வேண்டும்.

நீண்டகாலத் திட்டங்கள்

1. தொலைதூர ரயில்

சென்னையிலிருந்து ஆயிரத்திற்கும் மேற்பட்ட அரசுப் பேருந்துகள் தொலைதூரப் பயணங்களை மேற்கொள்கின்றன. அதே அளவிற்குத் தனியார் பேருந்துகளும் இயங்குகின்றன. தொலைதூரப் பேருந்துகளில் பயணிப்போரோடு ஒப்பிட்டால், தொலைதூர ரயில்களில் பயணிப்போரின் எண்ணிக்கை வெகு குறைவே. ரயில் பயணங்கள் வசதியானவை, குறிப்பிட்ட நேரத்தில் இலக்கை அடையக் கூடியவை, சுற்றுச் சூழலுக்கு மிகக் குறைந்த கேடு விளைவிப்பவை. ஆனால் தொலைதூர ரயிலில்

பயணிக்க வேண்டுமென்றால் 120 நாட்களுக்கு முன்பே பயண நாளையும் பொழுதையும் இறுதி செய்ய வேண்டும். முன்பதிவு ஜன்னல் ஒன்றிரண்டு நாள்களில் மூடிக்கொண்டு விடும். விழாக் காலங்களில் முன்பதிவு தொடங்கிய சில நிமிடங்களில் எல்லாப் பயணச்சீட்டுகளும் விற்றுத் தீர்ந்துவிடும். தக்கல் சீட்டுகள் சாமானியர்களுக்கானதல்ல. அவையும் ஜன்னல் திறந்த சில நொடிகளில் ஆவியாகிவிடும்.

இலட்சக்கணக்கானோர் பயணம் மேற்கொள்கிற ஒரு வளமான மாநிலத்தில் இத்தனை குறைவான ரயில்கள் போதுமானவையன்று. ஆகவே ரயில்வே அமைச்சகம் தமிழகத்தில் கூடுதல் ரயில்களை இயக்க ஆவன செய்ய வேண்டும்.

2. மெட்ரோ ரயில்

மெட்ரோ ரயிலால் சாலையில் வாகன நெரிசல் குறையும் என்பதோடு சாலைப் போக்குவரத்தோடு ஒப்பிட்டால் மெட்ரோ ரயிலுக்கு ஐந்தில் ஒரு பங்கு எரிபொருளும் மின்சக்தியும் போதுமானவை. மெட்ரோவால் காற்றில் உண்டாகும் மாசு குறைவு. ஒலியால் உண்டாகும் மாசும் குறைவு. மேலும் மெட்ரோ ரயில் தூய்மையானது, பாதுகாப்பானது, துரிதமானது, காலந் தவறாதது.

கிளாம்பாக்கம் மெட்ரோ ரயில் திட்டத்தை நிறைவேற்றுவதுதான் இந்தப் பிரச்சனைக்கான நிரந்தரத் தீர்வாக அமையும். இப்போது முதற் கட்டத்தில் பயன்பாட்டில் இருக்கிற 41 நிலையங்களையும், இரண்டாம் கட்டத்தில் உருவாகி வருகிற 127 நிலையங்களையும் கிளாம்பக்கம் மெட்ரோ ரயில் நிலையம் இணைத்துவிடும். அதாவது சென்னையின் பல்வேறு பகுதிகளுக்கு கிளாம்பாக்கத்திலிருந்து தடையின்றிப் போக முடியும். ஆகவே ஒன்றிய அரசு இதற்கான ஒப்புதலையும் நிதியையும் வழங்க வேண்டும்.

3. புறநகர் ரயில்

சென்னைப் புறநகர் ரயில் விரைவில் நூற்றாண்டைக் கொண்டாட இருக்கிறது. தடங்களின் நீளத்தில் கொல்கத்தாவிற்கு அடுத்த இடத்திலும், பயணிகளின் எண்ணிக்கையில் மும்பைக்கு அடுத்த இடத்திலும் இருக்கிறது சென்னை. நமது மாநகரவாசிகளுக்கு புறநகர் ரயில் வெகு அணுக்கமானது. ஆகவே தென்னக ரயில்வே கிளாம்பாக்கத்தில் விரைவில் ரயில் நிலையத்தை அமைக்க வேண்டும். வண்டலூர், ஊரப்பாக்கம், கூடுவாஞ்சேரி ஆகிய நிலையங்களில் பேருந்து, சிற்றுந்து நிலையங்கள் அமைக்க ஒத்துழைக்க வேண்டும்.

4. நகரப் போக்குவரத்து ஆணையம்

அடுத்ததாக, ஒரு நகரத்துக்குள் இயங்குகின்ற எல்லா பொதுப் போக்குவரத்தையும் ஒன்றிணைக்கிற அமைப்பொன்றை உருவாக்க வேண்டும். புறநகர் ரயில், பறக்கும் ரயில் ஆகியவை ரயில்வே அமைச்சகத்தின் கீழ் வருகின்றன. மெட்ரோ ரயில், சென்னை மெட்ரோ ரயில் நிறுவனத்தின் (CMRL) கீழ் வருகிறது. பேருந்துகள் போக்குவரத்துக் கழகங்களின் கீழ் வருகின்றன. பேருந்து முனையங்களை சி.எம்.டி.ஏ நிர்வகிக்கிறது. பேருந்து நிலையங்களையும் பணிமனைகளையும் போக்குவரத்துக் கழகங்கள் நிர்வகிக்கின்றன. சென்னை நகரத்திலுள்ள சாலைகள், தேசிய நெடுஞ்சாலைத் துறை, மாநில நெடுஞ்சாலைத் துறை, நகராட்சி ஆகிய மூன்று அமைப்புகளின் கீழ் வருகின்றன. ஷேர் ஆட்டோக்கள் முறையான விதிமுறைகளின்றி நகர் வலம் வருகின்றன. ஒரு நகரின் போக்குவரத்து தொடர்பான அனைத்துத் திட்டமிடலையும் பராமரிப்பையும் ஒரே குடையின் கீழ் கொண்டுவர வேண்டும். சிங்கப்பூர், லண்டன், சிட்னி போன்ற நகரங்கள் இதில் முன்னுதாரணமாக விளங்குகின்றன. இதைக் குறித்து அதிகாரிகள் மட்டத்தில் பல ஆண்டுகளாகப் பேசி வருகிறார்கள். CUMTA (Chennai Unified Metropolitan Transport Authority) என்கிற பெயரில் அமைப்பொன்றும் இயங்கி வருகிறது. ஆனால் அதன் செயல்பாடுகள் சொல்லிக்கொள்ளும்படி இல்லை; அதற்குக் குறிப்பிடத்தக்க அதிகாரமும் இல்லை. சென்னை நகரின் போக்குவரத்தை ஒருங்கிணைக்கிற ஓர் ஆணையம் அமைவதில் என்ன தடை? முதலாவதாக, எந்தத் துறையும், அதன் அதிகாரிகளும் தங்கள் அதிகாரத்தை இழக்க விரும்பவில்லை. அவரவர் மாளிகை, அவரவர் கட்டுப்பாட்டில் இருக்க வேண்டுமென்று நினைக்கிறார்கள். அடுத்ததாக, புறநகர் ரயிலும் பறக்கும் ரயிலும் புதிய ஆணையத்தின் கீழ் செயலாற்ற ரயில்வே அமைச்சகம் சம்மதிக்க வேண்டும். இப்படியொரு ஒருங்கிணைப்பின் பயன்பாட்டை உணர்ந்த அரசியல் தலைமையால் இந்தத் துறைகள் எல்லாவற்றையும் ஒரே அமைப்பின் கீழ் கொண்டு வரமுடியும்.

ஊடக விவாதங்களின் போதாமை

இந்தப் பிரச்சினை சமூக வலைதளங்களில் விவாதிக்கப்பட்டபோது கணிசமானோர் மாநில அரசையும் அதன் நிர்வாகத்தையும் குறை கூறினார்கள். அதே வேளையில் கிளாம்பாக்கம் மெட்ரோ ரயில் திட்டம் நிறைவேற்றப்பட்டிருந்தால், கிளாம்பாக்கத்தில் புறநகர் ரயில் நிலையம் அமைக்கப்பட்டிருந்தால், தமிழகத்தில் கூடுதல் தொலைதூர ரயில்கள்

ஓடியிருந்தால், இந்த முனையத்தின் இடமாற்றம் சுமுகமாக நடந்திருக்கும். ஆனால் சமூக வலைதளங்களில் நடந்த விவாதங்களில் இந்த மூன்று அம்சங்களும் அதிகம் விவாதிக்கப்படவில்லை.

ஊடக விவாதங்கள் உச்சத்திலிருந்த 2024 பிப்ரவரி 10, 11 தேதிகளில் ஓர் ஊடகர், திமுக சார்பாளராக இருக்கலாம், ஒரு கேள்வியை முன் வைத்தார். வெளியூர் செல்லும் பயணிகள் ஏன் முன் பதிவு செய்வதில்லை? எந்த முன்னறிவுப்புமின்றி ஆயிரக் கணக்கானோர் கூடினால் எப்படிச் சமாளிக்க முடியும்? கேள்வியில் நியாயம் இருக்கலாம். ஆனால் அப்படி முன்பதிவில்லாமல் போக முடிவதுதானே தமிழகத்தின் பலம்? ஒருவர் எந்த நேரத்திலும் தமிழகத்தின் எந்த ஊரிலிருந்தும் எந்த ஊருக்கும் போகலாம். இதை இந்த மாநிலம், பல ஆண்டு கால வளர்ச்சியினூடாகச் சாதித்திருக்கிறது. பல இந்திய நகரங்களில் இதை நினைத்துக்கூடப் பார்க்க முடியாது.

இந்தப் பேருந்து முனையம் மாற்றப்பட்டதால் மக்கள் அனுபவித்து வந்த வசதிகள் பாதிக்கப்பட்டிருக்கின்றன. ஆகவே எதிர்க் குரல்கள் எழும்பவே செய்யும். அதுதான் ஜனநாயகம். அந்தக் குரலுக்குச் செவி மடுப்பதும் குறைகளை நிவர்த்திப்பதும் அரசின் கடன்.

இரு கை ஓசை

இந்த முனையம் மாற்றப்பட்டதில் நகர வடிவமைப்பு சார்ந்து குறை சொல்வதற்கில்லை. ஆனால் மாற்றுவதற்கு முன்பு போதுமான முன்னேற்பாடுகள் செய்யப்படவில்லை. அதைச் சீராக்க வேண்டும். அதற்கு மாநில அரசு மட்டுமல்ல, ஒன்றிய அரசும் பங்களிக்க வேண்டும்.

வண்டலூர், ஊரப்பாக்கம் புறநகர் நிலையங்களில் பேருந்து நிறுத்தங்களை அமைப்பது, மாதவரம் பேருந்து முனையத்தை மேம்படுத்துவது, ஒருங்கிணைந்த நுழைவுச் சீட்டுகளை அமல்படுத்துவது ஆகியவை உடனடியாகச் செய்யக்கூடியவை. கிளாம்பாக்கம் புறநகர் ரயில் நிலையம் ஓர் இடைக்கால ஏற்பாடாக அமையும். தொலைதூர ரயில்கள் அதிகமானால் பேருந்தைச் சார்ந்திருப்பது குறையும். கிளாம்பாக்கம் மெட்ரோ ரயில் நிலையம் அத்தியாவசியமானது, அடுத்த மூன்று ஆண்டுகளுக்குள்ளாகவேனும் நிறைவேற்றப்பட வேண்டியது. மேலும், மாநகரத்தின் எல்லாப் போக்குவரத்தையும் ஓர் ஆணையத்தின் கீழ் கொண்டு வருவதைக் குறித்தும் தமிழக அரசு ஆலோசிக்க வேண்டும்.

○ காலச்சுவடு, மார்ச் 2024

14

பேரிடர்களை எப்படி எதிர்கொள்கிறது ஜப்பான்?

2024 ஆம் ஆண்டின் முதல் நாள் ஜப்பானில் நல்ல பொழுதாக விடியவில்லை. அன்றைய தினம் ஜப்பானின் வடமேற்கில் அமைந்திருக்கும் நோட்டோ எனும் தீபகற்பத்தில் நிலம் நடு நடுங்கியது. ரிக்டர் அளவில் அந்த நடுக்கம் 7.6 என்று பதிவாகியது. நிலநடுக்கத்தின் மையப் புள்ளியிலிருந்து 500 கிமீ தொலைவில் இருந்த டோக்கியோ நகரத்தால்கூட அந்தப் பேரதிர்வை உணர முடிந்தது. இந்த நிலநடுக்கம் அருகாமைக் கடல்புரத்தில் ஒரு சுனாமியையும் உருவாக்கியது. நோட்டோ தீபகற்பத்தில் பல நகரங்கள் ஆடிப்போயின. மாண்டவர்கள் சுமார் 200 பேர். காணாமல் போனவர்கள் சுமார் 50 பேர். காயமுற்றோர் 600 பேர் இருக்கலாம். தகர்ந்த கட்டிடங்களின் எண்ணிக்கை 250ஐத் தாண்டும். சாலைகள் பிளந்தன. பல இடங்களில் நிலம் சரிந்தது. ஒரு தீ விபத்து பெரும் நிலப்பரப்பை நாசமாக்கியது. இவை பாதிப்பின் கதைகள். ஆனால் இவை மட்டுமே முழுக் கதையாகிவிடாது. இந்த நிலநடுக்கத்தை அரசு இயந்திரமும் மக்களும் எங்ஙனம் எதிர்கொண்டார்கள் என்பதையும், இந்த பாதிப்புகளின் பின் விளைவுகள் எங்ஙனம் மட்டுப்படுத்தப்பட்டன என்பதையும் இணைத்துப் பார்த்தாலே கதை முழுமையடையும். அந்தப் பின்கதையில் நமக்குப் பல பாடங்களும் இருக்கும்.

மீட்பர்கள்

நிலநடுக்கம் நிகழ்ந்த சில நிமிடங்களில் அரசு ஓர் அவசர கால மையத்தை நிறுவியது. நிலநடுக்கத்தின் செய்திகளை நாட்டின் பிற பகுதிகளுக்கு அறிவிப்பதும், தகவல் தொடர்பு சிதைந்திருந்த பாதிக்கப்பட்ட பகுதிகளில் மீட்புப் பணிகளை ஒருங்கிணைப்பதும் அந்த மையத்தின் நோக்கமாக இருந்தது. ஆயிரக்கணக்கான ராணுவத்தினரும், காவல் துறையினரும், தீயணைப்பு வீரர்களும் களமிறங்கினர். இவர்கள் அனைவருக்கும் பேரிடர் மீட்பில் பயிற்சி இருந்தது. அடுத்த பகல் பொழுதுக்குள் இடிபாடுகளில் சிக்கியவர்களை மீட்க வேண்டும் என்பது அவர்களுக்குத் தெரிந்திருந்தது. அவர்கள் கடிகாரத்தோடு போட்டி போட்டுக்கொண்டே தங்கள் கடமையை நிறைவேற்றினார்கள், என்று பாராட்டினார் ஜப்பானியப் பிரதமர். கடற்படைக் கலங்களும் வானூர்திகளும் துரிதமாக இயங்கின. அவை காயமுற்றவர்களையும் முதியவர்களையும் பாதுகாப்பு மையங்களுக்கும் மருத்துவமனைகளுக்கும் கொண்டு சென்றன. நிலநடுக்கம் சுனாமியைக் கொண்டுவரும் என்று எதிர்பார்க்கப்பட்டதால் சுமார் ஒரு இலட்சம் பேர் இடம் பெயருமாறு அறிவுறுத்தப்பட்டார்கள். நல்வாய்ப்பாக, நிலநடுக்கத்தைப் பின் தொடர்ந்த சுனாமியின் தீவிரம் குறைவாக இருந்தது.

பாதிக்கப்பட்டவர்களுக்கு இலட்சக்கணக்கான உணவுப் பொட்டலங்களும் தண்ணீர்ப் போத்தல்களும், போர்வைகளும் வழங்கப்பட்டன. இந்தச் சேவைகளில் பல தன்னார்வலர்கள் ஈடுபட்டபோதும், அரசுத் துறைகளே அவற்றை ஒருங்கிணைத்தன. தீபகற்பப் பகுதிக்கான விமான சேவை உள்ளிட்ட பொதுப் போக்குவரத்து 1ஆம் தேதி நிறுத்தப்பட்டது. நிலைமை சீரானதும் 3ஆம் தேதி மீண்டும் தொடங்கப்பட்டது. இடைப்பட்ட காலத்தில் தேங்கிப்போன பயணிகளுக்கு உணவும் உறைவிடமும் ஒழுங்கு செய்யப்பட்டது. பேரிடர் மேலாண்மையில் ஜப்பான் உலக நாடுகளுக்கு ஓர் எடுத்துக்காட்டாக விளங்குகிறது என்று பன்னாட்டு ஊடகங்கள் பாராட்டின. இது எவ்விதம் நிகழ்கிறது?

பேரிடர் பூமி

முதல் காரணம், ஜப்பான் பேரிடர்களுக்கு இடையேதான் வாழ்கிறது. பூகோள வரைபடங்கள் குறிக்கும் பசிபிக் நிலநடுக்கப் பகுதியில்தான் ஜப்பான் எனும் சிறிய தேசம் விரிந்து கிடக்கிறது. கடந்த நூறாண்டுகளில் ரிக்டர் 6.5க்கு அதிகமான அளவில் ஜப்பானை அசைத்த நிலநடுக்கங்களின்

எண்ணிக்கை 65. அந்த மண்ணின் அடியாழத்தில் கனன்று கொண்டிருக்கும் எரிமலைகளின் எண்ணிக்கை 83. ஜப்பானின் கடலோரப் பகுதிகள் சுனாமிப் பேரலைகளின் ஆபத்து வலயத்தில்தான் சிக்கிக் கிடக்கின்றன. ஜப்பானின் தட்பவெட்பம் மாறிக்கொண்டே இருக்கும். கடும்பனியும் பெருமழையும சூறைக்காற்றும் நாட்டின் வெவ்வேறு பகுதிகளைத் தாக்கும்.

கடந்த நூறாண்டுகளில் மட்டும் ஜப்பான் உலகின் மிக மோசமான பேரிடர்களை எதிர்கொண்டுள்ளது. 1923 காண்டோ நிலநடுக்கம் டோக்கியோ நகரத்தை தரை மட்டமாக்கியது. ஒரு இலட்சம் பேரைக் காவு கொண்டது. 1945இல் இரண்டாம் உலகப்போரின் இறுதிக் கட்டத்தில் ஹிரோஷிமா, நாகசாகி நகரங்களில் நிகழ்ந்த அணுகுண்டு வீச்சில் 1,40,000 பேர் உயிரிழந்தனர். இந்த அழிவில் இயற்கைக்குப் பங்கில்லை. மனிதர்களை மனிதர்களே அழித்துக்கொண்டார்கள். 1995இல் கோபே எனும் நகரத்தில் ஏற்பட்ட நிலநடுக்கத்தில் 6000க்கும் மேற்பட்டவர்கள் உயிரிழந்தனர். அந்த நகரின் துறைமுகமும் தொழிற்சாலைகளும் பெரும் பாதிப்புக்குள்ளாயின. 2011இல் டோஹோக்கு எனும் கடற்கரை நகரத்தைத் தாக்கிய சுனாமி சமீப காலத்தில் நிகழ்ந்த உக்கிரமான பேரழிவுகளில் ஒன்று. நூறடிக்கு மேல் உயர்ந்தன ஆழிப் பேரலைகள். அவை கரை கடந்து 10கிமீ நிலப் பரப்பைச் சுருட்டி வீழ்த்தியது. 20,000 பேரைக் கொன்றழித்தது.

இவ்வாறான தொடர்ச்சியான பேரிடர்கள், இவற்றை எதிர்கொள்ளும் மனவலிமையை ஜப்பானியர்களிடத்தில் உருவாக்கியது. இயற்கைச் சீற்றங்களை எதிர்கொள்ள மனவலிமை அவசியம். கூடவே தகுந்த உள்கட்டமைப்பும் ஒழுங்கமைவுடன் கூடிய நிர்வாகமும் அவசியம். இதை ஜப்பான் படிப்படியாகக் கட்டியமைத்தது.

இதை மூன்று கட்டங்களாகப் பிரித்துக்கொள்ளலாம்

1. ஆய்வு

பேரிடர்களைத் தவிர்ப்பதற்கும், முன்னறிவிப்பதற்கும், பேரிடர் நிகழ்ந்துவிட்டால் மீட்புப் பணிகளை மேற்கொள்வதற்கும் கல்விப் புலத்திலும், களத்திலும் விரிவான ஆய்வுகள் நடத்தி, அறிவியல் ரீதியான நடவடிக்கைகள் முன்னெடுக்கப்படுகின்றன.

2. பேரிடர் மேலாண்மை

ஜப்பானின் அரசாட்சி மூன்று மட்டங்களிலானது. ஒன்றிய அரசு, மாநில அரசு, ஊராட்சி ஆகியன. ஒரு பேரிடர் நிகழ்ந்தால் 30 நிமிடங்களுக்குள் பிரதமரின் தலைமையில் ஒன்றிய அரசின் அமைச்சரவைக் கூட்டம் கூடிவிடும். மூன்று படி நிலைகளிலும் பேரிடர் மேலாண்மைக்குத் தலைவர்கள் நியமிக்கப்படுவார்கள். ஒவ்வொருவரும் ஆற்ற வேண்டிய கடமைகள் என்னென்ன, ஒருங்கிணைக்க வேண்டிய பணிகள் யாவை என்பதை அவர்கள் அறிவார்கள். அவர்களுக்கு அதற்கான பயிற்சி உள்ளது.

ஒரு அவசரகால இடரை உள்ளூரிலுள்ள அமைப்புகளால் எதிர்கொள்ள முடியும்; ஆனால் ஒரு பேரிடரை எதிர்கொள்வதற்கு புறத்திலிருந்து உதவிகள் வர வேண்டும். இது பேரிடரைக் குறித்த ஒரு பொதுப்படையான விளக்கம். இந்தப் புற உதவிகளை மூன்று படிநிலை அரசாங்கங்களின் தலைவர்கள் முடிவு செய்வார்கள். அதை நடப்பிலாக்கும் அதிகாரமும் அவர்களுக்கு இருக்கும். அவர்கள் ஒத்திசைவோடு இயங்குவார்கள்.

எல்லா வீடுகளிலும் டார்ச் விளக்கு, வானொலி, தீயணைப்பு இயந்திரம், முதலுதவிப் பெட்டி முதலியன இருக்கும். 2007 முதல் எல்லா அலைபேசிகளிலும் பேரிடர் முன்னறிவப்புக்கான செயலி ஏற்றி வைக்கப்பட்டிருக்கிறது. இது தொடர்பான அலாரங்களும் பயனர்களுக்கு விழிப்பூட்டும். எந்த நேரத்திலும் இடம்பெயர்வதற்கு தயாராக மக்கள் இருப்பார்கள். மீட்புக் குழுவினரால் பாதிக்கப்பட்ட பகுதிகளை அதிவிரைவில் அடைந்துவிட முடியும். நோட்டோ தீபகற்ப நிலநடுக்கம்

நிகழ்ந்த குறுகிய கால அவகாசத்திற்குள் மீட்புப் பணியினர் களத்தில் இருந்தது அவர்கள் பெற்ற பயிற்சியை விளக்குகிறது.

3. உள்கட்டமைப்பு

ஜப்பானின் கட்டடங்களும் சாலைகளும் நிலநடுக்கத்தை எதிர்கொள்ளும் வகையில் வடிவமைக்கப்படுகின்றன. டோக்கியோ, ஒசாகா, யக்கஹோமா போன்ற பெருநகரங்களில் நவீனக் கட்டடங்கள் அனைத்தும் பல மாடிக் கட்டிடங்கள்தாம். இவை நிலநடுக்கத்தால் பாதிக்கப்படுவதில்லை. 1981 முதல் கட்டிட விதிமுறைகள் நிலநடுக்கத்தை எதிர்கொள்ளும் விதமாக உருவாக்கப்பட்டிருக்கின்றன.

பொதுவாக கட்டிடங்களின் பாரம் செங்குத்தாக இயங்கும். நிலநடுக்கத்தின் பாரம் பக்கவாட்டில் இயங்கும். இவ்விரு பாரங்களையும் எதிர்கொள்ளுமாறு கட்டடத்தின் தளங்களும், உத்திரங்களும், தூண்களும் வடிவமைக்கப்படும். ஒரு குறிப்பிட்ட அளவு வரையிலான நிலநடுக்கத்தை இந்த முறையால் நேரிட முடியும். அதீத நிலநடுக்கங்களை எதிர்கொள்ள அடித்தளம் இரும்பு அல்லது ரப்பர் பேரிங்குகளால் (bearing) வடிவமைக்கப்படும். இது கட்டடத்திற்கு போதுமான ஒசிவுத்தன்மையை வழங்கும். இதனால்தான் நவீனக் கட்டிடங்களால் நிலநடுக்கத்தை எதிர்கொள்ள முடிகிறது. இப்போது நோட்டோ தீபகற்பத்தில் தகர்ந்த கட்டிடங்களில் பல 1981க்கு முன்பு கட்டப்பட்டவை என்று தெரிகிறது.

நிலைக்கு வந்த டாரூமா

டாரூமா பிரபலமான ஜப்பானிய பொம்மை. மக்கள் இதை அதிர்ஷ்டத்தின் அடையாளமாகப் போற்றுகிறார்கள். இதில் போதி தர்மரின் படம் இருக்கும். பொம்மைக்குள் உள்ளீடு இருக்காது, அடிப்பாகம் வட்டமாக இருக்கும். ஆதலால் நமது தஞ்சாவூர் பொம்மை போல எத்தனை முறை தாழ்த்தினாலும் மீண்டும் நிமிர்ந்துவிடும். ஒரு வகையில் இது ஜப்பானியர்களின் சித்தாந்தத்தைப் பிரதிபலிக்கிறது எனலாம். “ஏழு முறை கீழே விழுந்தால், எட்டு முறை மீண்டெழலாம்” என்பது ஒரு ஜப்பானியப் பழமொழி. இதுதான் டாரூமாவின் சித்தாந்தம்.

இயன்றவரை பேரிடர்களைத் தவிர்ப்பது, பேரிடர்கள் வருவதை முன்னறிவது, வந்தால் பாதிப்புகளைக் குறைப்பது, பாதிப்பு ஏற்பட்டால் உடன் மீண்டு வருவது என்பவை ஜப்பானியர்களின் சித்தாந்தம். டாரூமாவின் சித்தாந்தமும் அதுதான்.

❍ குமுதம் 31.1.2024

15

சென்னை வெள்ளம்: தேவை புதிய வடிவமைப்புக் கொள்கை

அ. முத்துலிங்கம் ஒரு முறை இப்படி எழுதினார்: "ஒரு கேள்விக்கு ஒரு பதில் என்ற கணக்கு சரியல்ல. சில கேள்விகளுக்கு பல விடைகள் இருக்கும்." இந்தக் கூற்றுக்கான நிரூபணமாக 2023 டிசம்பர் சென்னைப் பெருவெள்ளம் அமைந்துவிட்டது. மழை நாட்களைத் தொடர்ந்து சென்னைவாசிகள் எதிர்கொண்ட கேள்வி- 'உங்கள் தெருவில் மழைநீர் வடிந்துவிட்டதா?'. இந்தக் கேள்விக்கு அவர்கள் ஒரே பதிலைச் சொல்லவில்லை. மந்தைவெளிக்காரர் எல்லாம் இரண்டு நாளில் வடிந்துவிட்டது என்று சொன்னார். அருகாமை மைலாப்பூர்காரர் எங்கள் தெருவில் மட்டுமில்லை, வீட்டிற்குள்ளும் வெள்ளம் புகுந்தது, வடிய மூன்று நாட்களாகின என்றார். தென்சென்னையின் வேளச்சேரி, மடிப்பாக்கம், பள்ளிக்கரணை, செம்மஞ்சேரி, பெரும்பாக்கம் முதலான பகுதிகளைச் சேர்ந்தவர்களும், வட சென்னையின் கொளத்தூர், பெரம்பூர், வியாசர்பாடி, எண்ணூர் முதலான பகுதிகளைச் சேர்ந்தவர்களும் அதிகம் பாதிக்கப்பட்டார்கள். மாறாக நகரின் மையப் பகுதிகளில் பிரதான சாலைகளையொட்டி வசிப்பவர்கள் பலருக்கும் வெள்ளம் விரைவில் வடிந்தது; மின்சாரமும், இணையமும் அடுத்தடுத்து மீளக் கிடைத்தன. இந்தப் பெருமழை நகரெங்கும் பொழிந்தது. ஆனால் பாதிப்புகளில் பாரதூரமான வேறுபாடுகள். ஏன்?

பலரும் சொன்ன காரணம் இது: ஏரிகள், குளங்கள், சதுப்பு நிலங்கள், நீர்வழிப் பாதைகள் எல்லாம் ஆக்கிரமிக்கப்பட்டன. அதுதான் இந்தத் துயரத்துக்குக் காரணம். இன்னும் சிலர் கால்வாய்களையும், நீர் நிலைகளையும் நிறைத்து நிற்கும் குப்பைக் கூளங்களையும், நெகிழிப் பைகளையும், போத்தல்களையும் கை காட்டினார்கள். இவை வெள்ளப் பெருக்கு நேர்ந்தமைக்குப் பொதுவான காரணங்கள். வெள்ளப் பாதிப்புகளில் நேர்ந்த வேறுபாட்டுக்கு ஒரு குறிப்பான காரணமும் இருக்கிறது - மழைநீர் வடிகால்கள். நகரின் சில பகுதிகளில் வடிகால்களே இல்லை. சில பகுதிகளில் அவை போதுமானவையாக இல்லை. சில பகுதிகளில் அவை சீரமைக்கப்படவில்லை. சீரமைக்கப்பட்டும் முறையாகப் பாராமரிக்கப்பட்டும் வரும் வடிகால்களில் சற்றுத் தாமதமாகவேனும் வெள்ளம் வடிந்தது. வடிகால்கள் இல்லாத, அல்லது போதாத, அல்லது பராமரிக்கப்படாத பகுதிகள் மிகுதியும் பாதிப்புக்கு உள்ளாயின.

சூழலியல், பெருநகரத் திட்டமிடல், பொறியியல் முதலான அறிவுத் துறைகள் சார்ந்துதான் இந்தப் பிரச்சினையை அணுக வேண்டும். ஆனால் சமூக ஊடகர்கள் பலர் இதை கட்சி-அரசியல் சார்ந்த பிரச்சினையாகச் சுருக்க முயன்றார்கள். நெட்டிசன்கள் விவாதித்த பிரச்சினைகளில் முக்கிய இடம் பிடித்தவை இரண்டு.

எது பெருமழை?

முதலாவதாக, இந்த மழையை அவர்கள் 2015 மழையுடன் ஒப்பிட்டார்கள். ஒப்பீடுகள் நல்லது. அவை பாடம் தரும். ஆனால் ஒரு சாரார் இப்போதைய மழையைவிட 2015இல் பெய்ததுதான் பெருமழை என்று நிறுவ முயன்றார்கள். அதற்கு ஆதாரமாக அப்போதைய ஒரு நாள் மழையளவு (2.12.2015- 294மிமீ), இப்போதைய ஒரு நாள் அளவைவிடக் (4.12.2023- 230மிமீ) அதிகம்தானே என்று கேட்டார்கள். ஆனால் இந்த முறை ஒரு நாள் மட்டும் மழை பொழியவில்லை. இரண்டு நாட்கள் விடாமல் பொழிந்தது. 2023 டிசம்பர் 3 காலை முதல் டிசம்பர் 4 இரவு வரை நகரில் கொட்டிய தொடர் மழையின் அளவு சுமார் 500 மில்லிமீட்டர் (மிமீ).

மேலும், 2003 டிசம்பர் மழையுடன் புயலும் வந்தது. அந்தப் புயல் நகரின் தலைக்கு மேல் சுமார் 16 மணி நேரம் நின்றாடியது. அப்போது கடலில் சீற்றம் மிகுந்திருந்தது. அலைகள் உயர்ந்து நின்றன. ஆகவே கடல், மழைநீரை உள் வாங்கவில்லை. புயல் சென்னையைக் கடந்ததும்தான் மழை நீரால் கடலில் கலக்க முடிந்தது.

இன்னுமொரு வேறுபாடு, கடந்த முறை இயற்கைச் சீற்றத்தோடு மனிதத் தவறும் சேர்ந்துகொண்டது. 2015இல் 86%ஆக இருந்த செம்பரம்பாக்கம் ஏரியின் கொள்ளளவு ஒரே நாளில் 93%ஆக உயர்ந்தது; 2015 டிசம்பர் 2 அன்று எந்த முன்னறிவிப்புமின்றி வினாடிக்கு 29,000 கன அடி நீர் திறந்துவிடப்பட்டது. அடையாறில் பெருகிய வெள்ளம் கரைகளைக் கடந்து நகருக்குள் சீறிப் பெருகியது. விளைவை நாடறியும். இந்த முறை 2023, நவம்பர் 30 அன்று 90மிமீ மழை பெய்தது. அப்போது முதல் நீர் படிப்படியாகத் திறந்துவிடப்பட்டது. ஆதலால் டிசம்பர் 3-4 பெருமழையின் போது நீர் வெளியேற்றத்தைக் கட்டுப்படுத்த முடிந்தது. இந்த முறை ஏரியின் கொள்ளளவு 76%ஐத் தாண்டவில்லை.

மேலும், 2015ஆம் ஆண்டு வெள்ளத்தில் சுமார் 500 பேர் உயிரிழந்தனர். 18 இலட்சம் பேர் இடம் பெயர்ந்தனர். ரூ.20,000 கோடி இழப்பு ஏற்பட்டது. இந்த முறை உயிரிழப்பும் இடப்பெயர்வும் ஒப்பீட்டளவில் குறைவானவை. ஆனால் இழப்புகள் அதே அளவுக்கு இருக்கலாம். எனினும் 2023 வெள்ளம் 2015ஐவிட மூர்க்கமானது.

4000 கோடி கணக்கு

அடுத்ததாக, சமூக ஊடகங்களில் சுற்றிச் சுழன்ற கேள்வி- “ரூ.4000 கோடி என்னவாயிற்று?”.

2021, 2022ஆம் ஆண்டுகளில் சென்னை நகரின் மழைநீர் வடிகால்கள் அதி விரைவாகவும் மிகுந்த பொருட்செலவிலும் சீரமைக்கப்பட்டன. பல இடங்களில் புதிதாகவும் அமைக்கப்பட்டன. இவை 2022ஆம் ஆண்டில் பயன்பட்டதைப் பார்த்தோம். 2022 அக்டோபர் 31 முதல் நவம்பர் 2 வரை மூன்று நாட்களில் நகரில் பெய்த மழையளவு சுமார் 205மிமீ. இது நகர் பெறும் சராசரி மழையளவைவிட சுமார் நான்கு மடங்கு அதிகமானது. இந்த மழையை சீரமைக்கப்பட்ட வடிகால்களால் கடத்திவிட முடிந்தது. ஆளும் கட்சியில் ஒரு தரப்பினர் எப்படியான வெள்ளத்தையும் கடத்தக்கூடிய சீரமைப்புப் பணியை தங்கள் அரசு செய்து முடித்து விட்டதாகப் பெருமிதப்பட்டார்கள். இது பொறியியல் ரீதியாகத் தவறானது. 2023ஆம் ஆண்டின் பெருமழையை அவற்றால் கடத்த முடியவில்லை. இரண்டு, மூன்று நாட்களுக்குப் பிறகு பல இடங்களில் சாலைகளில் மிகுந்த நீர் கால்வாய்களில் வடிந்தது. அல்லது இயந்திரங்களால் வெளியேற்றப்பட்டது. வடிகால்கள் குறைவாகவும், இல்லாமலும் இருந்த பல பகுதிகளில் நீரை இறைத்துத்தான் வெளியேற்ற வேண்டி இருந்தது. அப்பகுதி மக்கள் அனுபவித்த துயரம் சொல்லி மாளாது.

இந்த விவாதம் பெரிதானபோது அமைச்சர் கே.என்.நேரு விளக்கமளித்தார். சென்னை மழைநீர் வடிகால் பணிகளின் மதிப்பீடு ரூ.4000 கோடி அல்ல, ரூ.5,166 கோடி எனவும், அதில் இதுவரை ரூ.2,191 கோடி மதிப்பீட்டிலான பணிகள் மட்டுமே நிறைவடைந்துள்ளதாகவும் அவர் தெரிவித்தார்.

சமூக ஊடகங்களில் நடக்கும் விவாதங்களில் பல பக்கச் சார்புடையனவாக இருக்கின்றன. 4000-கோடி விவாதமும் 2015-2023 ஒப்பீடும் அப்படியானவையாக அமைந்துவிட்டன.

காலத்தால் அளந்த மழை

இப்போதையப் பெருமழையைக் கடந்த காலத் தரவுகளோடு இணைத்துப் பார்ப்பது பலன் தரும். இந்த முறை 36 மணி நேரத்தில் பொழிந்த தொடர் மழையின் அளவு சுமார் 500மிமீ. இப்படியொரு மழை கடந்த 50 ஆண்டுகளில் பெய்ததில்லை என்றனர் சில ஆய்வாளர்கள். அப்படியானால் இது ஐம்பதாண்டு-மழையா? இருக்கலாம். அதனினும் சக்தி வாய்ந்த நூறாண்டு-மழையாகக்கூட இருக்கலாம். அதென்ன ஐம்பதாண்டு-மழை? நூறாண்டு-மழை?

நூறாண்டுகளில் பெய்யக்கூடிய அதிக சாத்தியம் உள்ள

மழையளவை நீரியல் நிபுணர்கள் நூறாண்டு-மழை (100-year rain) என்று அழைக்கிறார்கள். இதைப்போலவே பத்தாண்டு-மழை, ஐம்பதாண்டு-மழை, இருநூறாண்டு-மழை என்பனவும் உண்டு. ஒரு நகரத்தில் ஆவணப்படுத்தப்பட்ட மழையளவைக் கொண்டு இவற்றைக் கணக்கிடுவார்கள். நூறாண்டு-மழையானது நூறாண்டுகளுக்கு ஒரு முறைதான் வருமென்று எடுத்துக்கொள்ள முடியாது. இடையிடையேயும் வரும். இப்போது பெய்த மழை ஐம்பதாண்டு மழையாக இருக்கலாம். அதனினும் சக்தி வாய்ந்த நூறாண்டு-மழையாகவும் இருக்கலாம்.

நமது மழைநீர் வடிகால் வடிவமைப்பின் முக்கியப் பிரச்சினை, இப்போது பெய்த மழை நீரியல் கணக்குப்படி எத்தனையாண்டு மழை என்பது நமக்குத் தெரியாது. அதைப் போலவே நகரில் இப்போதைய மழைநீர் வடிகால்கள் எத்தனையாண்டு மழையைக் கடத்துக்கூடியவை என்பதும் நமக்குத் தெரியாது. இவை பொதுவெளியில் பகிர்ந்து கொள்ளப்படவில்லை.

ஒரு நகரின் மழைநீர் வடிகால்களை வடிவமைப்பதற்கு அந்த நகரின் பத்தாண்டு, இருபதாண்டு, ஐம்பதாண்டு, நூறாண்டு மழையளவுகளை மதிப்பிட வேண்டும். இப்போது காலநிலை மாற்றத்தால் குறுகிய காலத்தில் பெய்யும் அதீத மழை அதிகமாகிவிட்டது. வருங்காலங்களில் இயற்கைப் பேரிடர்கள் அடிக்கடி நிகழும் என்று எச்சரிக்கிறது காலநிலை மாற்றத்திற்கான பன்னாட்டுக் குழு (IPCC). காலநிலை மாற்றத்தின் விளைவுகளையும் கணக்கில் கொண்டு சாத்தியமுள்ள மழையளவின் மதிப்பீடு அமைய வேண்டும். இதுதான் மழைநீர் வடிகால் வடிவமைப்பின் முதற்கட்டம்.

வடிவமைப்பின் இலக்கு

வடிவமைப்பின் அடுத்த கட்டம், எத்தனையாண்டு மழையைக் கடத்திவிடக்கூடிய வடிகால்களை அமைக்கப் போகிறோம் என்பதை முடிவு செய்ய வேண்டும். வளர்ந்த நகரங்கள் பலவற்றில்கூட நூறாண்டு-மழைக்கான வடிகால்கள் அமைக்கப்படுவதில்லை. எடுத்துக்காட்டாக, ஹாங்காங்கில் சாலையோர மழைநீர் வடிகால்கள் ஐம்பதாண்டு-மழையைக் கணக்கில் கொண்டே வடிவமைக்கப்பட்டவை. அதாவது ஐம்பதாண்டுகளில் பெய்வதற்கு சாத்தியமுள்ள அதிகப்படியான மழையை இவை உடனடியாகக் கடத்திவிடும். அதே வேளையில் இந்த வடிகால்கள் போய்ச்சேரும் பிரதான வாய்க்கால்கள் இருநூறாண்டு-மழையை எதிர்கொள்ளும் ஆழமும் அகலமும் கொண்டவை. இப்போது

ஹாங்காங்கில் நூறாண்டு-மழையொன்று பெய்தால், சாலைகளில் மழைநீர் தேங்கவே செய்யும். ஆனால் சில மணி நேரங்களில் அவை அளவிற் பெரிய பிரதான வாய்க்கால்களில் வடிந்துவிடும்.

சென்னை வடிகால்கள்

சென்னை நகரின் இப்போதைய சாலையோர வடிகால்களின் வடிவமைப்பும், அவற்றின் நீர் கடத்தும் திறனும் எப்படியானவை? இதை அறிந்துகொள்ள அரசுத் துறையிலிருந்து சமீபத்தில் ஓய்வு பெற்ற பொறியாளர் ஒருவரோடு பேசினேன். அவர் சொன்னார்: சென்னையின் ஐந்தாண்டு மழையளவு 50மிமீ. ஒன்றிய அரசின் சுற்றுச்சூழல் பொதுநல பொறியியல் துறையின் (Central Public Health and Environment Engineering Organisation- CPHEEO) வழிகாட்டுதலின்படி உள்சாலை வடிகால்களை (micro drains) ஐந்தாண்டு வெள்ளத்திற்கு வடிவமைத்தால் போதுமானது. எனில், சென்னையில் பல உள்சாலை வடிகால்கள் 80மிமீ மழையைக் கடத்திவிடக் கூடியவை, என்றார் அவர்.

கடந்த நூறாண்டுகளில் 200மிமீக்கும் அதிகமான மழை 20 முறை பெய்திருக்கிறது, அதாவது சராசரியாக ஐந்தாண்டுக்கு ஒரு முறை 200மிமீ மழை. ஆக 80மிமீ மழையளவுக்கு வடிகால்களை அமைப்பது போதுமானதன்று. மேலும், வருங்காலங்களில் காலநிலை மாற்றத்தின் காரணமாக குறுகிய கால அளவில் அதிக மழை பொழியும் என்கிறார்கள். அதையும் கணக்கில் கொண்டால் வடிகால்களின் கொள்ளளவை மேலும் கூட்ட வேண்டி வரும்.

அடுத்து, பிரதான வாய்க்கால்களைப் (macro drains) பற்றிக் கேட்டேன். அவற்றால் பத்தாண்டு வெள்ளத்தைக்கூட கடத்த முடியவில்லை என்றார். நீர் நிலைகளிலும் வரத்து வாய்க்கால்களிலும் கட்டப்படும் கட்டிடங்களை தடுத்து நிறுத்துவதற்கு போதுமான சட்டங்கள் நம்மிடம் இல்லையென்றார் அவர் (lack of techno-legal framework). விவசாய நிலங்கள் எந்தச் சிரமமுமின்றி குடியிருப்பு நிலங்களாக மாற்றப்படுகின்றன (change of land-use) என்றும் வருந்தினார்.

அதாவது, நமது உள்சாலை வடிகால்களால் ஐந்தாண்டு வெள்ளத்தையே கடத்த முடியும் (ஹாங்காங்- ஐம்பதாண்டு வெள்ளம்). நமது பிரதான வாய்க்கால்களால் பத்தாண்டு வெள்ளத்தைக்கூடக் கடத்த முடியவில்லை (ஹாங்காங்- இருநூறாண்டு வெள்ளம்).

நமது வடிகால்களின் போதாமை ஒரு புறமிருக்க அவற்றின் வடிவத்திலும் சிக்கல் இருக்கிறது. சென்னை நகர வடிகால்கள் செவ்வக

வடிவிலானவை. இது ஒரு மரபான வடிவமைப்பு. நாம் அதை மட்டுமே கட்டிப்பிடித்துக் கொண்டிருக்கிறோம். இவை இயல் ஈர்ப்பாற்றலுக்கு (gravitational force) உட்பட்டு இயங்குபவை. சென்னை நகரம் மிகுதியும் சமதளத்திலானது. ஆகவே ஈர்ப்பாற்றலை முழுவதுமாக நம்பினால், நீர் வேகமாக வடியாது. தேங்கும்.

சரி, அப்படியானால் ஒரு வடிகாலை எப்படி வடிவமைக்க வேண்டும்? குறிப்பிட்ட இடத்தில் அமைந்திருக்கும் வடிகாலுக்கு எந்தெந்தப் பகுதியில் இருந்து நீர் வடிந்து வரும் என்பதை வைத்து (catchment) வடிகாலின் கொள்ளளவைக் கணக்கிட வேண்டும். இதிலிருந்துதான் வடிகாலின் அகலமும் ஆழமும் நிர்ணயிக்கப்பட வேண்டும். இப்படியான பொறியியல் ரீதியான கணக்குகளின் அடிப்படையில் அமைந்தவையன்று சென்னை நகரத்தின் பெரும்பாலான மழைநீர் வடிகால்கள்.

சென்னையின் நிலமட்டம் கடலின் நீர்மட்டத்தைவிட அதிக உயரத்தில் இல்லை. ஆகவே வடிகாலின் அடிமட்டத்தைக் கடலின் நீர்மட்டத்திற்கு மேலே அமைத்துக் கொள்வதால் வடிகால்களுக்கு போதிய ஆழம் கிடைப்பதில்லை. மேலும் ஏற்கனவே அமைக்கப்பட்ட சாலைகளின் ஓரத்தில் நிறுவப்படுவதால் அவற்றின் அகலமும் மட்டுப்படுகிறது. அதாவது வடிகால்களின் அகலத்தை சாலைகளின் அகலமும் அவற்றின் ஆழத்தை அவை போய்ச்சேரும் பிரதான வாய்க்கால்களின் மட்டமும் நிர்ணயிக்கின்றன. எனில், இப்படியான வடிகால்கள்கூட புதிதாக உருவான சென்னையின் தென் பகுதிகள் பலவற்றிலும் இல்லை.

இந்த வடிகால்களை மேம்படுத்தவும் பல இடங்களில் புதிதாக உருவாக்கவும் வேண்டும். இதை ஓர் ஒருங்கிணைந்த வடிகால் திட்டமாக வடிவமைக்க வேண்டும். அதுவே நிரந்தரத் தீர்வாக அமையும். அதை நான்கு கட்டங்களாகச் செய்யலாம்.

1. ஆக்கிரமிப்பு அகற்றல்

சமூக ஊடகங்களில் பலரும் முன் வைக்கிற குற்றச்சாட்டு நீர்பிடிப்புப் பகுதிகளில் நிகழ்த்தப்பட்டிருக்கும் ஆக்கிரமிப்புகள். இந்தக் குற்றச்சாட்டு சரியானது. ஆனால் இந்த ஆக்கிரமிப்புகள் கடந்த 25-30 ஆண்டுகளில் நிகழ்ந்தவை என்று ஒரு கருத்து நிலவ்வுகிறது. இது சரிதானா?

1909ஆம் வருடத்திய சென்னை வரைபடத்தில் ஒரு பெரும் ஏரி காணப்படுகிறது. அது Long Tank என்று குறிக்கப்பட்டு இருக்கிறது. இப்போது அந்த இடம் தியாகராய நகர், ஆழ்வார்பேட்டை, நுங்கம்பாக்கம்

முதலிய பகுதிகளின் நீட்சியாக மாறிவிட்டது. மாம்பலம் ஏரியின் நினைவாக அதன் வரத்துக் கால்வாயான மாம்பலம் கால்வாய் எஞ்சி நிற்கிறது. காட்டேரியை அடையாறு நகர்ப்பகுதி செரித்துவிட்டது. கொன்னூர் ஏரியை வில்லிவாக்கம் விழுங்கிவிட்டது. வடசென்னையில் வியாசர்பாடி, கொடுங்கையூர் ஏரிகளும் நிலப்பகுதிகளின் நீட்சியாகிவிட்டன. இந்த முறை சமூக ஊடகங்களில் அதிகம் பகிரப்பட்ட படம் வேளச்சேரி. அந்த ஏரி படிப்படியாயாகச் சுருங்கி வருவதை ஒரு சித்திரக் கதை போல் அவை விவரித்தன. அனைத்து ஏரி - குளங்களும் ஆற்றுப் படுகைகளும் வாய்க்கால்களும் வருவாய்த்துறை ஆவணங்களில் அரசுப் புறம்போக்கு நிலங்கள் என்பதாகத்தான் குறிக்கப்பட்டிருக்கும். வெள்ளச் சமவெளிகள் புறம்போக்கு நிலங்களாகவோ புன்செய் நிலங்களாகவோ இருந்திருக்கும். ஆனால் இவையெல்லாம் எப்படியோ பட்டா நிலங்களாக மாறி தனியார்களின் கைகளுக்குப் போய் கட்டிடங்கள் உருவாகியிருக்கின்றன. இதில் அரசுக் கட்டிடங்களும் அடக்கம்.

சென்னை நகரம் பல மீனவக் கிராமங்களும், விவசாய நிலங்களும் இணைந்து காலப்போக்கில் உருவான செயற்கை நகரம். பல பாக்கங்களும், ஏரி(சேரி)களும், தாங்கல்களும் இணைந்து உருவானது. நகரம் விரிவானபோது நீர்பிடிப்புப் பகுதிகளையும் வரத்துக் கால்வாய்களையும் சதுப்பு நிலங்களையும் மதித்து எஞ்சிய இடங்களில்தான் நகரைக் கட்டமைத்திருக்க வேண்டும். ஆனால் மனிதர்களின் பேராசைக் கரங்கள் எல்லா இடங்களையும் வளைத்து ஆக்கிரமித்துவிட்டன.

இந்த ஆக்கிரமிப்புகள் அனைத்தையும் அகற்றுவது இப்போது நடைமுறை சாத்தியமில்லை. ஆனால் நடப்பு ஆவணங்களின்படி ஏரிகள், குளங்கள், சதுப்பு நிலங்கள், ஆற்றுப் படுகைகள், கரைகள்- இங்கெல்லாம் மேற்கொள்ளப்பட்டிருக்கும் ஆக்கிரமிப்புகளைச் சட்டரீதியாக அகற்ற வேண்டும். குறிப்பாக பள்ளிக்கரனை சதுப்பு நிலங்களை இயன்றவரை மீட்டெடுக்க வேண்டும்.

அதைப் போலவே வெள்ளச் சமவெளிகள் விடுவிக்கப்பட வேண்டும். வெள்ளச் சமவெளி என்பது நீர் பெருக்கெடுத்து ஓடும் காலங்களில் ஆறு தன் கரைகளைத் தாண்டியும் ஓடுகிற வெளி. அடையாறு, கூவம் ஆறுகளில் இப்படியான பகுதிகள் விடுவிக்கப்பட வேண்டும். முடிச்சூர், வரதாராஜபுரம் குடியிருப்புகள் வயல்வெளிகளிலும் வெள்ளச் சமவெளிகளிலும் கட்டப்பட்டவை என்கிறார்கள். இங்கேயும் வெள்ளச் சமவெளிகள் விடுவிக்கப்பட வேண்டும். அல்லது பெருமழைக்

காலங்களில் இந்தக் குடியிருப்புகளுக்குள் வெள்ளம் வராமல், ஆழ்குழாய்களை அமைக்கலாம் (பார்க்க பத்தி 3.2); அவை உபரிநீரைப் பிரதான வாய்க்கால்களுக்குக் கடத்திவிடும்.

2. தூர் வாருதல், ஆழப்படுத்தல்

அடுத்து, சென்னையின் சிறப்பம்சம் மூன்று நதிகள். கொசஸ்தலையாறு (கொற்றலையாறு), கூவம், அடையாறு ஆகிய நதிகள் கிழக்கு நோக்கிப் பாய்ந்து முறையே எண்ணூர், நேப்பியர் பூங்கா, அடையாறு முகத்துவாரம் ஆகிய இடங்களில் கடலில் கலக்கின்றன. இதைத் தவிர ஆங்கிலேயர்கள் உருவாக்கிய பக்கிங்ஹாம் கால்வாய், இந்த நதிகளுக்குச் செங்குத்தாக, வடக்கே பழவேற்காடிலிருந்து தெற்கே முட்டுக்காடில் வந்து கலக்கிறது.

சென்னையின் பெரிய ஏரிகள் நான்கு- செம்பரம்பாக்கம், பூண்டி, புழல், செங்குன்றம். நகரையும் நகரைச் சுற்றிலுமுள்ள பிற ஏரி-குளங்களின் எண்ணிக்கை நாலாயிரத்துக்கும் மேல். இந்த ஆறுகளுக்கும், ஏரி, குளங்களுக்கும் உள்ள வரத்து வாய்க்கால்கள் பல. இவை எல்லாவற்றிலும் உள்ள ஆக்கிரமிப்புகளை (இயன்றவரை) அகற்றுவது முதற் கட்டம் என்றால், இவை எல்லாவற்றையும் தூர் வாரவும் ஆழப்படுத்தவும் வேண்டும். அது இரண்டாம் கட்டமாக இருக்கும்.

மழைநீர் கழிவுநீரோடு கலப்பது இன்னொரு பிரச்சினை. பழைய மழைநீர் வடிகால்கள் செங்கற்களால் கட்டப்பட்டிருக்கும். இவற்றின் அடிப்பகுதி பழுதுபட்டிருக்கும். இதன் வழியாக மழைநீர் கீழே போய்க் கழிவுநீர்க் குழாய்களின் இணைப்பின் வழியாகக் கசியும் நீரில் சேர்ந்து ஒன்றோடொன்று கலந்து விடும். இதைத் தவிர தடைபட்டுத் தேங்கி நிற்கும் மழைநீரைக் கழிவுநீர் வடிகாலுக்கு மடைமாற்றி விடுகிற குறுக்கு வழியையும் பலர் கைக்கொள்கின்றனர். இதனால் கழிவுநீர் மிகுந்து சாலையில் வழிகிறது, அது தேங்கி நிற்கும் மழைநீரோடு கலக்கிறது.

கழிவுநீர் கலப்பைத் தடுப்பதைப் போலவே, நீர்வழிப் பாதையில் திடக்கழிவுகள், குப்பைக் கூளங்கள் கொட்டப்படுவதையும் தடுக்க வேண்டும். மக்களுக்கு இது குறித்தான விழிப்புணர்வை உண்டாக்க வேண்டும். எல்லா வடிகால்களும், கால்வாய்களும் முறையாகத் தூர் வாரப்பட வேண்டும். பல இடங்களில் நீர் தேங்கியதற்கு வடிகால்களில் ஏற்பட்ட அடைப்புகளும் ஒரு காரணம்.

3. புதிய வடிகால் வடிவமைப்புக் கொள்கை

ஒரு நகரத்தில் பொழிகிற மழையளவில் எத்தனை சதவீதத்திற்கு

வடிகால்கள் தேவை? மண் தரையும், குறைவான வீடுகளும், மரம் செடிகளும் உள்ள கிராமப்புற நிலத்தில் பெய்கிற மழையில் 40% நீர் ஆவியாகும், 40% நீரை நிலம் ஈர்த்துக்கொள்ளும், 20% நீர் நிலத்தின் மீது ஓடும். மாறாக நெருக்கமான கட்டடங்களும் சாலைகளும் மிகுந்த நகர்ப்புறத்தில் 30% ஆவியாகும், 10% நிலத்தடியில் போகும், 60% நீர் சாலைகளில் மிகுந்து நிற்கும். இந்தக் கணக்கு 60% பரப்பில் வீடுகளும் சாலைகளும் நடைபாதைகளும் அமைந்திருக்கும் நகரங்களுக்கானது. நாம் இதைக் கட்டாந்தரைப் பரப்பு (paved area) என்றழைக்கலாம். மேலை நாடுகளில் ஒரு நகரின் நிலப்பரப்பில் எந்த அளவிற்குக்கு கட்டாந்தரை இருக்கலாம் என்று உச்சவரம்பு வைத்திருப்பார்கள். குறிப்பிட்ட அளவிற்கு மேற்பட்டு வீடு கட்டவோ சாலை அமைக்கவோ அனுமதிக்கமாட்டார்கள். எடுத்துக்காட்டாக, ஹாங்காங், சிட்னி போன்ற நகரங்களில் கட்டாந்தரைப் பரப்பு 60%. எனில், நமது நகரங்களில் எந்த அளவிற்கு கட்டாந்தரைகள் இருக்கலாம் என்பதற்கு உச்சவரம்பு இருப்பதாகத் தெரியவில்லை. சென்னை நகரின் 85% நிலப்பரப்பு கட்டாந்தரையாக இருக்கலாம் என்று வல்லுநர்கள் கணிக்கிறார்கள். நகரின் வடிகால்கள் அதற்கேற்றாற் போல் அமைக்கப்பட வேண்டும். இந்தச் சூழலில் வடிகால்களின் வடிவமைப்பை நான்கு கட்டங்களில் மேம்படுத்தலாம்.

3.1. வடிவமைப்புக் கொள்கை

முன்கூறியபடி நகரில் பொழிவதற்கு சாத்தியமுள்ள மழையளவை போதிய தரவுகளுடன் மதிப்பிட வேண்டும். அடுத்து, நமது வடிகால்த் திட்டம் எந்த மழையளவிற்கானது என்பதைத் திட்டமிட வேண்டும். இப்போதைய ஐந்தாண்டு, பத்தாண்டு மழையளவிற்கான வடிகால்களை (அதுவும் கால நிலை மாற்றத்திற்கு முந்தைய கணக்கீட்டின்படி அமைந்தவை), மறுபரிசீலனைக்கு உட்படுத்த வேண்டும்.

3.2. ஆழ்குழாய்கள்

பல இடங்களில் இப்போதைய வடிகால்களால் போதிய அளவு மழைநீரை வெளியேற்ற முடியாத நிலைதான் இருக்கிறது. அங்கெல்லாம் புதிய வடிகால்கள் அமைக்க வேண்டும். மரபான செவ்வக வடிகால்களுக்குப் பதிலாக வட்ட வடிவிலான ஆழ் குழாய்களைப் பதிப்பிக்கலாம். செவ்வக வடிவத்தைவிட வட்ட வடிவக் குழாய்களே நீரை வேகமாகக் கடத்த வல்லவை. சாலையின் அகலம் இவற்றைக் கட்டுப்படுத்தாது. ஏனெனில், இவற்றை சாலையின் நடுவில்கூட நிறுவ

முடியும். வேகமாக வடிவதற்கு ஏற்றபடி வாட்டத்தைக் கூட்டி ஆழமாகவும் நிறுவ முடியும். ஈர்ப்பாற்றலுக்கு இயைபாக அமைக்கப்பட முடியாத இடங்களில் நீரேற்று நிலையங்கள் அமைக்கலாம்.

இந்த வடிகால்கள் போய்ச் சேரும் பிரதான வாய்க்கால்களிலும் அளவிற் பெரிய ஆழ் குழாய்கள் அமைக்கலாம்.

3.3. சுரங்கப்பாதை

பல மேலை நாடுகளிலும், ஹாங்காங், சிங்கப்பூர், ஜப்பான் போன்ற கீழை நாடுகளிலும் மழைநீர் வடிகால்களுக்கு அவசியமான இடங்களில் சுரங்கம் அமைக்கப்படுகின்றன. இவை மெட்ரோ ரயில் சுரங்கங்களைப் போல சாலைக்கும் போக்குவரத்திற்கும் எந்தப் பாதிப்பும் இல்லாமல் நிலத்திற்கு அடியில் குடையப்படுபவை.

நீர் வழிப்பாதையானது சாலையோர வடிகால்களில் தொடங்கி பிரதான வாய்க்கால்களுக்கும், இந்த வாய்க்கால்கள் வழி ஆற்றுக்கும் கொண்டு செல்லப்படுகின்றன. இப்போதையப் பிரதான வாய்க்கால்களின் நீர் கடத்தும் திறன், புதிய வடிவமைப்பு கோரும் திறனைவிடப் பல இடங்களில் குறைவாக இருக்கும். இப்படியான இடங்களில் சுரங்கப்பாதைகளை அமைக்கலாம்.

ஹாங்காங்கில் வடிகால் சுரங்கங்கள் எவ்விதம் அமைக்கப்பட்டன என்று அறிவது பயன் தரும். அடுத்தடுத்து வந்த வெள்ளப் பிரச்சினைகளைத் தொடர்ந்து எண்பதுகளில் ஹாங்காங்கின் மழைநீருக்கும், கழிவுநீருக்குமான பிரதானத் திட்டம் வகுக்கப்பட்டது. அப்போதிருந்த சாலை வடிகால்களின் கொள்ளளவு பரிசோதிக்கப்பட்டு அங்கு செவ்வக வடிகால்கள் அமைக்கப்பட்டன. நகரம் வெகுவாக விரிவாகிவிட்ட பகுதிகளில் அப்படி மேம்படுத்துவதில் சிரமம் இருந்தது. அவ்வாறான பகுதிகளில் சில நவீனமான திட்டங்கள் அமல்படுத்தப்பட்டன.

ஹாங்காங்கில் மலைப்பாங்கான பகுதிகளும் சரிவுகளும் அதிகம். இவற்றில் பெய்கிற மழை தாழ்வான சாலைகளுக்கு விரைவாக வந்துவிடும். அவை நகரின் பிரதான சாலைகளாகவும் அமைந்துவிடும்போது பெரிய அளவிலான மேம்பாட்டுப் பணிகள் மக்களுக்கு இடையூறு விளைவிக்கும் என்று கருதப்பட்டது. அதனால் இப்படியான சாலைகளை வந்தடைவதற்கு முன்னரே மழைநீர் 43 இடங்களில் மறிக்கப்பட்டு (intercept), அவை புதிதாக நிர்மாணிக்கப்பட்ட சுரங்கப் பாதைக்குள் கடத்திவிடப்பட்டது. இந்தச் சுரங்கங்கள் நீரை நேராகத் தென்சீனக் கடலில் கொண்டுபோய்க் கொட்டிவிடும். லை-சீ-காக், சுன்-வான், நகர்-மேற்கு ஆகிய மூன்று

பகுதிகளில் சுமார் 20கிமீ நீளத்தில் சுரங்கங்கள் அமைக்கப்பட்டன.

ஹாங்காங் வடிகால்களின் சவால் மலைப்பாங்கான பகுதிகளும் சமவெளிகளும் என்றால், சிங்கப்பூரின் சவால் வேறு விதமானது. சிங்கப்பூரின் நிலமட்டம் கடல் மட்டத்தைவிட அதிக உயரத்தில் இல்லை - சென்னையைப் போல. சிங்கப்பூரிலும் கட்டாந்தரை அதிகம், மக்கள் செறிவாக வசிக்கிறார்கள்- சென்னையைப் போல. சிங்கப்பூர் வடிகால்கள் பொறியியல் ரீதியில் சாத்தியமான எல்லா வழிமுறைகளையும் உள்ளடக்கியது. செவ்வக வடிகால்கள், ஆழ் குழாய்கள், அகன்ற கால்வாய்கள், நீர்த் தேக்கங்கள், கூடவே வடிகால் சுரங்கங்கள் என்று எல்லாவிதமான வடிகால்களையும் சிங்கப்பூர் பயன்கொள்கிறது.

மிகுந்த பொருட் செலவில் அமைக்கப்படும் வடிகால் சுரங்கங்கள் பருவமழைக் காலங்களில் மட்டும்தானே பயன்படுகின்றன என்கிற கவலை இந்தத் துறை சார்ந்த சிலருக்கு இருந்து வந்தது. கோலாலம்பூர் சுரங்கம் இந்தக் கவலைக்கு மருந்தாக வந்தது. கோலாலம்பூர் வடிகால் சுரங்கத்திற்கு திறன் சுரங்கம் என்று பெயர் (SMART Tunnel- Stormwater Management And Road Tunnel). இதில் மூன்று அடுக்குகள் இருக்கும். மூன்றாவது அடுக்கு மழை வெள்ளத்திற்கு மட்டுமானது. முதலிரண்டு அடுக்குகள் சாலைப் போக்குவரத்திற்கானது. ஆனால் பெருவெள்ளம் வந்தால் சுரங்க வழிப் போக்குவரத்தை நிறுத்திவிட்டு மூன்று அடுக்குகளையும் வெள்ள வடிகாலாக மாற்றிவிடலாம். 2007 முதல் பயன்பாட்டிலிருக்கும் இந்த சுரங்கத்தின் (விட்டம் 13.2 மீ) நீளம் 4கிமீ. இவை மெட்ரோ ரயில் சுரங்கங்களைவிட (விட்டம் 6.2மீ) இரண்டு மடங்கு பெரியது. வடிகாலாக மட்டும் பயன்படும் ஹாங்காங், சிங்கப்பூர் சுரங்கங்கள் (விட்டம் 7.2மீ) மெட்ரோ ரயில் சுரங்கங்களைவிடச் சற்றே பெரிதானவை.

சென்னையில் எந்தப் பகுதிகளில் வடிகால் சுரங்கங்கள் தேவை என்பதை வடிவமைப்பு ரீதியாக முடிவு செய்யலாம். சென்னையில் இன்னொரு இடத்திலும் சுரங்கங்கள் அமைக்கலாம். இப்போதைய மழையைப் புயல்தான் கொண்டு வந்தது. அந்தப் புயல் நீண்ட நேரம் நகரைச் சீரழித்தது. அப்போது கடல் சீற்றம் மிகுந்திருந்தது. ஆகவே அது மழை நீரை உள் வாங்கவில்லை. இது இப்போதையப் பிரச்சினை மட்டுமில்லை. பொதுவாகவே வங்காள விரிகுடா அலைகள் மிகுந்தது. ஒரே நாளில் அலைகள் உயர்வதும் தாழ்வதுமாக இருக்கும். தாழ்வான அலைகள் இரண்டடியும் உயர்வான அலைகள் நான்கடியும் எழும்பும். உயர்வான அலைகளின்போது ஆற்று நீர் கடலில் கலப்பதில்

தாமதம் ஏற்படும். நவம்பர்-டிசம்பர் மாதங்களில் அலைகள் பத்தடி வரைகூட உயரும். அப்போதெல்லாம் வெள்ளம் வடியாமல் ஆற்றிலும், கால்வாயிலும் சாலையிலும் தேங்கி நிற்கும். ஆகவே கடைப் பகுதிகளில் சுரங்கங்களை அமைத்து வெள்ளத்தை நேரடியாக ஆழ்கடலில் கடத்திவிட முடியுமா என்றும் ஆலோசிக்கலாம்.

3.4. நீலத்தடி நீர்த்தேக்கம்

நமது நீர்த்தேக்கங்களின் மகிமையை அறிய நாம் ஹாங்காங்கிற்கும், டோக்கியோவிற்கும் போய்வர வேண்டும். ஹாங்காங்கின் மழைநீர் வடிகால்கள் 1989இல் விரிவுபடுத்தப்பட்டன. அப்போது வளர்ச்சியடைந்த பகுதிகளில் இடப் பற்றாக்குறையால் வடிகால்களைப் போதிய அளவில் அமைக்க முடியவில்லை. அதனால் 2002இல் தை-ஹாங் என்கிற இடத்தில் ஒரு பாதாளக் கிடங்கைக் கட்டினார்கள். பெருமழையின் போது, வடிகால்கள் பெருகினால், கூடுதல் மழைநீரை இந்தக் கிடங்குக்குக் கடத்திவிடுவார்கள். பிற்பாடு மழை குறைந்ததும் இந்த நீரை வடிகால்களுக்கு வெளியேற்றுவார்கள். இந்தக் கிடங்கு மூன்று கால்பந்தாட்டப் பரப்பளவிலானது. இதன் கொள்ளளவு 35லட்சம் கனஅடி. 2017இல் ஹேப்பி வேலி எனும் இடத்தில் உள்ள குதிரைப் பந்தய மைதானத்தின் கீழும் இதே போன்ற ஒரு பாதாளக் கிடங்கைக் கட்டினார்கள். 2006இல் இது போன்ற கிடங்கை டோக்கியோ கட்டியது. ஆனால் இதன் கொள்ளளவு ஹாங்காங்கைவிட நான்கு மடங்கு பெரிதானது. இவை பெரும் பொருட் செலவில் கட்டப்பட்டவை. ஹாங்காங்கும் டோக்கியோவும் இட நெருக்கடி மிகுந்த நகரங்கள். ஆகவே அவர்கள் மழை நீரைச் சேமிக்க நிலத்திற்குக் கீழே போனார்கள். ஆனால் நமக்கு நிலத்திற்கு மேல் நம் முன்னோர்கள் விட்டுச் சென்ற எண்ணற்ற குளங்களும் ஏரிகளும் இருக்கின்றன. ஆனால் அவற்றில் கணிசமானவை ஆக்கிரமிப்பிற்கு உள்ளாகி இருக்கின்றன. எஞ்சிய பகுதிகளிலும் குப்பை கூளங்கள் கொட்டப்படுகின்றன.

நாம் சாத்தியமுள்ள அனைத்து ஏரி குளங்களில் ஆக்கிரமிப்புகளையும் குப்பை கூளங்களையும் அகற்ற வேண்டும். முடிந்த இடங்களில் அவற்றை ஆழப்படுத்தவும் வேண்டும். வடிகால்களில் மிகுந்தோடும் மழை நீரை ஆழ்குழாய்கள் வழியாகவோ சுரங்கப்பாதை வழியாகவோ சீரமைக்கப்பட்ட ஏரி குளங்களுக்குக் கொண்டு வரலாம். இது சாத்தியமில்லாத இடங்களில் மட்டும் புதிய நிலத்தடி நீர்தேக்கங்களைக் கட்டலாம்.

இவையெல்லாம் வடிவமைப்பு சார்ந்து மேற்கொள்ள வேண்டிய முன்னெடுப்புகள். அடுத்து இதை நடைமுறைப்படுத்துகிற நிர்வாக இயந்திரம் எப்படி இருக்க வேண்டும்?

4. பொறுப்பு ஓரிடம்

ஹாங்காங்கில் 1989இல் அமைக்கப்பட்ட வடிகால் சேவைத் துறைதான் (Drainage Services Department) நகரின் அனைத்து வடிகால் வடிவமைப்புப் பணிகளுக்கும், கட்டுமானப் பணிகளுக்கும், பராமரிப்புப் பணிகளுக்கும் பொறுப்பு வகிக்கிறது. அது மக்கள் பிரதிநிதிகளுக்கு பதிலளிக்கவும் கடமைப்பட்டது. வெளிநாட்டார் பயன்படுத்துவது திறமான நடைமுறையெனில் அதை நாம் பரிசீலிக்கலாம். இப்போது மழைநீர் வடிகால் தொடர்பான பணிகள் சென்னை மாநகராட்சி, சென்னைக் குடிநீர் வழங்கல்-கழிவு நீரகற்றல் வாரியம், நெடுஞ்சாலைத் துறை, வீட்டு வசதித் துறை, சென்னைப் பெருநகர வளர்ச்சிக் குழுமம் போன்ற பல அமைப்புகளிடம் பிரிந்து கிடக்கின்றன. நகரம் முழுமைக்குமான மழைநீர் வடிகால் பணிகளை மேற்கொள்ள ஒரு புதிய வாரியத்தை ஏற்படுத்தலாம்.

நாம் காலங்காலமாக நீர் மேலாண்மையில் சிறந்து விளங்கியவர்கள்தாம். நீரைப் பாதுகாப்பதற்கும், உபரி நீரை வெளியேற்றுவதற்கும் பல்வேறு வழிமுறைகளைக் கையாண்டவர்கள். இடையில் சென்னையைப் பெரு நகரமாக்கும் பதற்றத்தில் முக்கியமான உள்கட்டமைப்புக் கூறான மழைநீர் வடிகாலுக்கு முக்கியத்துவம் தரத் தவறிவிட்டோம். பல்லாண்டுகளாக நாம் நீர்ப்பிடிப்புப் பகுதிகளையும், நீர்வழிப் பாதைகளையும், வெள்ளச் சமவெளிகளையும் ஆக்கிரமித்துவிட்டோம்; மழைநீர் வடிகால்களை அலட்சியம் செய்து விட்டோம். பரவாயில்லை. இனியாவது தவற்றைத் திருத்துவோம். ஒரு நகரின் உள்கட்டமைப்பு என்பது சாலைகள், பாலங்கள், குடிநீர், மின்சாரம், தொலைத்தொடர்பு என்பன மட்டுமல்ல. தகுந்த மழைநீர் வடிகாலும் அதில் அடங்கும்.

நீர்வழிப்பாதையில் சட்டத்திற்குப் புறம்பான ஆக்கிரமிப்புகளை அகற்றுவது, நீர்ப்பிடிப்புப் பகுதிகளை தூர் வாரி ஆழப்படுத்துவது, ஒட்டு மொத்த நகருக்குமான நவீன வடிகால் வடிவமைப்பு ஒன்றை உருவாக்குவது, அனைத்து வடிகால் பணிகளுக்கும் பொறுப்பான அமைப்பின் மூலம் அதை நிறைவேற்றுவது ஆகிய நான்கு கட்டப் பணிகளை நாம் முன்னெடுக்க வேண்டும்.

மிக்ஜாம்

2023 புயலுக்கு மிக்ஜாம் என்று பெயர் சூட்டியது மியான்மர். அந்த பர்மீயச் சொல்லுக்குப் பல பொருள் சொல்கிறார்கள். அவற்றுள் இரண்டு முதன்மையானவை. அவை: வலிமை, தாங்குதிறன். இவ்விரண்டு பொருளும் இந்தப் புயலுக்குப் பொருத்தமானதாக அமைந்துவிட்டது. சென்னையைத் தாக்கிய புயல் மிக வலுவாக இருந்தது. அதைத் தாங்கும் திறன் நகருக்கு வெகு குறைவாக இருந்தது.

மிக்ஜாங் எனும் பர்மீயச் சொல்லிற்கு இன்னொரு பொருளும் இருக்கிறது - நம்பிக்கை. இந்தப் பேரிடர் காலத்தில் அரசுத் துறை ஊழியர்களும், தன்னார்வலர்கள் பலரும் நல்கிய உழைப்பும் உதவியும் மானுடத்தின் மீது நம்பிக்கை கொள்ள வைக்கின்றன. இந்தப் பெருநகரத்திற்கான ஒருங்கிணைந்த மழைநீர் வடிகால் திட்டம் வகுக்கப்பட்டு அது நிறைவேற்றப்பட வேண்டும். இது ஒரு நம்பிக்கை. இந்த நம்பிக்கை விரைவில் நடப்பிலாகட்டும்.

'உங்கள் தெருவில் மழைநீர் வடிந்துவிட்டதா?

அ, முத்துலிங்கம் ஒரு கேள்விக்குப் பல பதில்கள் இருக்கலாம் என்கிற கருதுகோளுக்குப் சில எடுத்துக்காட்டுகளையும் வழங்கியிருக்கிறார். இயற்கணிதத்தில் x-க்கு இரண்டு மதிப்புகள் இருக்கும். வால் நட்சத்திரத்தின் வால் எங்கே இருக்கும்? சூரியனை நோக்கிச் செல்லும்போது பின்னால் இருக்கும். சூரியனைத் தாண்டிப்போகும் போது அது தனது வாலை எடுத்து முன்னால் வைத்துக்கொள்ளும். பிலிப்பைன்ஸ் நாட்டில் எத்தனை தீவுகள்? கடல் வற்றிய சமயத்தில் 7108 தீவுகள். கடல் பொங்கும்போது 7100 தீவுகள். இதை முத்துலிங்கம் எழுதியது 2003ஆம் ஆண்டில். இப்போது எழுதியிருந்தால் இந்தப் பட்டியலில் சென்னைப் பெருமழை தோற்றுவித்த 'உங்கள் தெருவில் மழைநீர் வடிந்துவிட்டதா?' என்கிற கேள்வியையும் சேர்த்துக்கொண்டிருப்பார்.

மேற்கூறிய சென்னைக்கான ஒருங்கிணைந்த வடிகால் திட்டம் அடுத்த சில ஆண்டுகளுக்குள் நிறைவேறிவிட்டால், பெருமழையாக இருந்தாலும் அது விரைவில் வடிந்துவிடும். அப்போது 'உங்கள் தெருவில் மழைநீர் வடிந்துவிட்டதா?' என்கிற கேள்விக்கு சென்னைவாசிகள் ஒரே பதிலைத்தான் அளிப்பார்கள். அது 'ஆம்!' என்பதாக இருக்கும்.

நிதி தாரீர்!

நமது மழைநீர் வடிகால்களின் வடிவமைப்புக் கொள்கையை

மாற்றி, ஆழ் குழாய்களும், நீரேற்று நிலையங்களும், சுரங்கங்களும் அமைக்க அதிக செலவாகும். தமிழகம் போன்ற வளர்ச்சியடைந்த மாநிலத்தில் நிதி ஒரு பிரச்சினையாக இருக்கக்கூடாது. ஆனால் நமது வரி வருவாய் ஒன்றிய அரசுக்குப் போய் அங்கிருந்து மாநிலங்களுக்குப் பகிரப்படுவதால், நமக்குப் போதுமான நிதி கிடைப்பதில்லை. தமிழகம் போன்ற நகர்மயமான மாநிலங்களின் உள்கட்டமைப்பை விரிவாக்கியே தீர வேண்டும். இதற்கு அவசியமான நிதியை ஒன்றிய அரசு வழங்க வேண்டும்.

சென்னை நகரத்தின் மழைநீர் வடிகால்கள் விரிவாக்கப்படவும், நவீனமாக்கப்படவும் வேண்டும். அதற்கு இந்த நகரம் தகுதியுடையது.

○ **அருஞ்சொல்.காம் 12.12.23,**
○ **காலச்சுவடு ஜனவரி 2024,**
○ **விகடன்.காம் 1.1.2024,**
○ **இந்து தமிழ் திசை 28.10.24**

16

வெள்ளப் பாதிப்புகளும் விதி மீறல்களும்

2023 டிசம்பரில் சென்னையைத் தாக்கிய வெள்ளம் வடிந்த பிறகும், அது உண்டாக்கிய துயரங்கள் வடியவில்லை. அவை பாரதூரமானவை. இழப்புகள் மதிப்பிடப்பட்டன. காரணங்களும் தீர்வுகளும் அலசப்பட்டன. வெள்ள பாதிப்புகளில் இரண்டு விபத்துகள் கவனம் ஈர்த்தன. ஒன்று, இந்த வெள்ளத்தின் கோர முகத்தை உலகுக்குக் காட்டிய காணொலி. பள்ளிக்கரணை அடுக்குமாடிக் குடியிருப்பு ஒன்றில் நிறுத்தி வைக்கப்பட்டிருந்த கார்கள் பொம்மைகளைப் போல் அடித்துச் செல்லப்பட்ட காட்சி. இரண்டு, வேளச்சேரி கட்டுமானத் தலமொன்றின் (site) 50அடி பள்ளத்தில் விழுந்த இரண்டு பேர் ஐந்து நாட்களுக்குப் பிறகு சடலமாக மீட்கப்பட்ட செய்தி. இவ்விரண்டு விபத்துகளும் வெள்ளத்தின் கணக்கில்தான் எழுதப்படும். இவை வெள்ளத்தால் நிகழ்ந்தவைதாம். ஆனால் விபத்திற்குள்ளான கட்டுமானங்கள் பொறியியல் விதிகளைப் பின்பற்றிக் கட்டப்பட்டவைதானா? இவற்றைக் கட்டுப்படுத்தும் விதிகள் போதுமானவையா? அவை பயனர்களின், பணியாளர்களின் பாதுகாப்பைக் கவனத்தில் கொள்கின்றனவா?

சுற்றுச் சுவர் உடைந்தது

பள்ளிக்கரணையில் தொடங்குவோம். கார்கள் அடித்துச் செல்லப்பட்ட

அடுக்குமாடிக் குடியிருப்பு, பள்ளிக்கரணை நாராயணபுரம் ஏரியை ஒட்டிக் கட்டப்பட்டிருக்கிறது. இந்தக் குடியிருப்பில் 2000 வீடுகள் இருக்கின்றன. இவை ஏரியின் நீர்பிடிப்புப் பகுதியில் அல்ல; விவசாய நிலங்களில் கட்டப்பட்டவை என்று சிலர் சொல்வதைக் கேட்க முடிந்தது. இருக்கலாம். எனில், ஏரியை ஒட்டி அமைந்திருக்கும் விவசாய நிலத்தை வாழ்நிலமாக்கும் குண மாற்றத்தை (change of land use) சென்னைப் பெருநகர வளர்ச்சிக் குழுமம் (CMDA) எங்ஙனம் அங்கீகரித்தது? தவிர, ஏரியின் வெள்ளச் சமவெளிகளிலும் குடியிருப்பின் கரங்கள் நீண்டிருப்பதாகத் தெரிகிறது. நீர் பெருக்கெடுக்கும் காலங்களில் ஆறுகளும், ஏரிகளும் கரைகளைத் தாண்டி ஓடுகிற பகுதியை நவீன நீர் மேலாண்மை வெள்ளச் சமவெளி (flood plains) என்றழைக்கிறது. நமது பராம்பரிய வேளாண்மை ஆற்றுப் புறம்போக்கு, ஏரிப் புறம்போக்கு, ஓடைப் புறம்போக்கு என்றழைப்பது இந்தப் பகுதிகளைத்தான். வெள்ளச் சமவெளிகளில் குடியிருப்புகளை அனுமதிக்கலாகாது. நமது அரசமைப்புச் சட்டம், ஏரிகளையும் ஆறுகளையும் பாதுகாக்கிற பொறுப்பு ஒவ்வொரு குடிமகனுக்கும் உண்டு என்று விதிக்கிறது (பிரிவு 51 A(g)). அதிகாரிகளுக்கு இந்தப் பொறுப்பு கூடுதலாக இருந்திருக்க வேண்டும். மாறாக, விதிகள் தளர்த்தப்பட்டிருக்கின்றன.

அடுத்து, இந்தக் குடியிருப்பில் அதிகம் பாதிக்கப்பட்டது இ-பிளாக். இந்தப் பகுதிக்கும் ஏரிக்கும் இடையிலான சுற்றுச் சுவர் உடைந்தது. குடியிருப்புப் பகுதிக்குள் வெள்ள நீர் புகுந்தது. அது தரைத் தளத்தில் நிறுத்தி வைக்கப்பட்டிருந்த கார்களை அடித்துச் சென்றது. அதாவது

இந்தச் சுற்று சுவர் அகலமான ஏரிக்கரையையும் (bund) தாண்டி நீரைத் தொட்டு நிற்குமாறு கட்டப்பட்டிருப்பதாகத் தெரிகிறது.

ஊடகங்கள் இதைச் சுற்றுச் சுவர் என்றழைத்தாலும், பொறியியல் அகராதியில் இதற்குத் தக்கவைப்புச் சுவர் (retaining wall) என்று பெயர். தக்கவைப்புச் சுவர் இரண்டு விதமான பாரங்களை எதிர்கொள்ள வேண்டும். முதலாவதாக, சுவர் அணைத்து நிற்கிற நீர் தரும் அழுத்தம். இது பக்கவாட்டிலிருந்து (lateral load) இயங்கும். அடுத்ததாக, சுவரின் சுய எடை (self weight). இது செங்குத்தாக (vertical load) இயங்கும். தக்கவைப்புச் சுவர்கள் இவ்விரண்டு பாரத்தையும் ஒரே நேரத்தில் எதிர்கொள்ளும் விதமாக வடிவமைக்கப்பட வேண்டும். இதன் நிலைத்தன்மையை உறுதி செய்துகொள்ள சுவரின் அடித்தளம் போதிய தாங்குதிறன் (bearing) கொண்டதாகவும், சுவரின் மீதான அழுத்தம் அதை நிலைகுலையச் செய்யாமலும் (overturning), சரிந்து போகாமலும் (sliding) இருக்குமாறு வடிவமைக்கப்பட வேண்டும்.

இதே பொறியியற் கோட்பாட்டின்படிதான் அணைக்கட்டுகளும் கட்டப்படுகின்றன. நீர்பிடிப்புப் பகுதியிலுள்ள நீரின் எடை பக்கவாட்டிலிருந்தும், அணைக்கட்டின் சுய எடை செங்குத்தாகவும் இயங்கும். பக்கவாட்டு எடைதான் பிரதானமாக இருக்கும். அது கீழ் நோக்கிச் செல்லுந்தோறும் கூடும். அதனால்தான் அணைக்கட்டுச் சுவர்களின் அகலம் மேற்பகுதியில் குறைவாகவும், கீழ்ப்பகுதியில் கூடுதலாகவும் இருக்கும்.

மேற்படி இ-பிளாக்கின் சுற்றுச் சுவர், நீரின் பக்கவாட்டு பாரத்தை எதிர் கொள்ளும் விதமாக வடிவமைக்கப்படவில்லை என்று சந்தேகப்பட எல்லா முகாந்திரங்களும் உள்ளன. அவ்விதம் வடிவமைக்கப்பட்டிருந்தால், அது நீரின் அழுத்தத்தைத் தாங்கியிருக்கும்; உடைந்திருக்காது.

வெள்ளச் சமவெளியும், ஏரிக்கரையும் குடியிருப்புப் பகுதிகளின் நீட்சிகளாகியிருக்கின்றன. இது விதி மீறல். சுற்றுச் சுவரானது தக்கவைப்புச் சுவராக வடிவமைக்கப்படவில்லை. இது கட்டுமான விதிகளின் போதாமை.

தற்காலிகச் சுவர் சரிந்தது

அடுத்து, வேளச்சேரி. இங்குள்ள ஐந்து பர்லாங்கு சாலையில் ஒரு புதிய கட்டுமானத்திற்காக 50 அடிப் பள்ளம் தோண்டப்பட்டிருக்கிறது, பூமிக்கடியில் மூன்றடுக்கு வாகன நிறுத்தம் கட்டுவதற்காக. கெடுவாய்ப்பான அந்த இரவில், கட்டுமானத் தலத்தில் அலுவலகமாகப் பயன்பட்டு வந்த

கொள்கலன் (container), மின்னியற்றி (generator) அறை, அருகாமை பெட்ரோல் கிடங்கின் தற்காலிகக் கழிவறை ஆகியவை இந்தப் பள்ளத்தில் சரிந்தன. அவற்றிலிருந்த ஐந்து பேர் பள்ளத்தில் விழுந்தனர். மூன்று பேர் உடனடியாக மீட்கப்பட்டனர். இரண்டு பேரை சடலங்களாகத்தான் மீட்க முடிந்தது.

சுற்றிலும் சாலைகளும் கட்டடங்களுமுள்ள நெருக்கடியான நகரச் சூழலில் ஆழமான அகழ்வுகள் எவ்விதம் மேற்கொள்ளப்பட வேண்டும்? முதலில் கனமான இரும்புத் தகடுகளை (steel sheet piles) நிலத்தின் மேற்பரப்பிலிருந்து அடித்து இறக்க வேண்டும். தோண்ட வேண்டிய ஆழத்தைவிட அதிகமான ஆழத்திற்கு இந்தத் தகடுகளை உட்செலுத்த வேண்டும். பிறகு படிப்படியாக நிலத்தை அகழ வேண்டும். அப்போது இந்தத் தகடுகள் மண்ணின் அழுத்தத்தையும் நிலத்தடி நீரின் அழுத்தத்தையும் பக்கவாட்டிலிருந்து எதிர்கொள்ளும். அதை நேரிடும் விதமாக குறுக்கு வசத்தில், சுமார் 10 அடி ஆழத்திற்கு ஒரு முறை இரும்பு உத்திரங்கள் (steel girder) நிறுவப்பட வேண்டும். இந்தத் தகடுகள் தக்கவைப்புச் சுவர்களாக இயங்கும். இந்த உத்திரங்கள் தக்கவைப்புச் சுவர் வளைந்து விடாமல் காப்பாற்றும். வேளச்சேரி விபத்தின் படங்களிலும், காணொலிகளிலும் உத்திரம் எதையும் காண முடியவில்லை. கொள்கலனும், மின்னியற்றியும், கழிவறையும் இருந்த பகுதிகளின் மண் இளகியதால் அவை சரிந்து பள்ளத்தில் விழுந்ததாகத் தெரிகிறது. வெள்ளத்தின் அழுத்தத்தைத் தாங்க முடியாமல் தகடுகளின் ஒரு பகுதி விழுந்திருக்கக் கூடும். அதைத் தொடர்ந்து மண் சரிந்திருக்கலாம். இந்தத் தகடும், உத்திரமும் தற்காலிகப் பணிகள்தாம் (temporary works). நிலவறைகள் கட்டி முடிக்கப்பட்டதும் இவை அகற்றப்படும். ஆனால் நிரந்தரப் பணிகளுக்கு இணையான முக்கியத்துவம் இந்தத் தற்காலிகப் பணிகளுக்கும் வழங்கப்பட வேண்டும். ஏனெனில் இவை பணியாளர்களின், அயல்வாசிகளின் பாதுகாப்பு தொடர்பானது. இந்தத் தற்காலிகப் பணிகளின் வடிவமைப்பைப் பரிசீலித்தால் விபத்திற்கான காரணம் தெரிய வரலாம்.

என்ன செய்யலாம்?

முதலாவதாக, வெள்ளச் சமவெளிகள் விட்டு விடுதலையாகி நிற்க வேண்டும். இரண்டாவதாக, நமது நகரங்கள் பலவற்றில் பிரதானக் கட்டுமானங்களுக்கே பொறியியல் வரைபடங்கள் கோரப்படுவதில்லை. எனினும், சென்னையில் மவுலிவாக்கம் விபத்தைத் (2014) தொடர்ந்து இந்த வரைபடங்கள் சமர்ப்பிக்கப்படுகின்றன. ஆனால், இவை சரி

பார்க்கப்படுவதோ, அங்கீகரிக்கப்படுவதோ இல்லை என்கிறார்கள். முதலில் இதை முறைப்படுத்த வேண்டும். அடுத்து, பிரதானக் கட்டுமானத்திற்கு புறத்தே அமைக்கப்படும் தக்கவைப்புச் சுவர் உள்ளிட்ட எல்லாப் பணிகளுக்கும் பொறியியல் வரைபடங்கள் சமர்ப்பிப்பதைக் கட்டாயமாக்க வேண்டும். ஆழமான அகழ்வுகளுக்கான தற்காலிகப் பணிகளுக்கும் இந்த விதியை நீட்டிக்க வேண்டும். இந்த வரைபடங்கள் அரசுத் துறைகளால் பரிசீலிக்கப்பட்டு அங்கீகரிக்கப்பட வேண்டும். அந்த வரைபடங்களின்படி கட்டப்படுகின்றனவா என்று கண்காணிக்கவும் வேண்டும்.

கடைசியாக, இவ்விரண்டு விபத்துகளுக்கான காரணங்களை பொறியியல் ரீதியாக ஆய்வு செய்து ஓர் அறிக்கை வெளியிட்டால், வருங்காலங்களில் இவ்வாறான தவறுகள் நேராமால் திருத்திக்கொள்ள ஏதுவாகும்.

❍ இந்து தமிழ் திசை 9.1.2024

17

பாம்பன் பாலத்தில் என்ன பிரச்சினை?

இராமேஸ்வரம் தீவையும் பாம்பன் நகரையும் இணைக்கும் புதிய ரயில் பாலம் பயன்பாட்டுக்கு வந்துவிட்டது. எந்தப் புதிய ரயில் தடமும் பயன்பாட்டிற்கு வருமுன்னர், அதை ரயில்வே பாதுகாப்பு ஆணையர் (Commissioner of Railway Safety- CRS) சோதித்து சான்றளிக்க வேண்டும். 2024 நவம்பர் மாதம் புதிய பாலத்தில் ஆணையர் ஆய்வு மேற்கொண்டார். அம்மாத இறுதியில் அவரது அறிக்கை வெளியானது. அதைத் தொடர்ந்து, 2024 நவம்பர் மாதம் புதிய பாலம் பலவீனமாக இருப்பதாக சில ஐயங்கள் மேலெழுந்தன. ரயில்வே துறை விளக்கமளித்தது. 'புதிய பாலம் பாதுகாப்பானது, அது ஒரு பொறியியல் அற்புதம். பாலத்தில் ரயில் ஓடுவதற்கு ஆணையர் அனுமதித்திருக்கிறார். அவர் சில குறைகளைச் சுட்டிக்காட்டியிருக்கிறார். அவை சீராக்கப்படும்.'

ஆணையர் சுட்டிக்காட்டியிருப்பது என்ன விதமான குறைகள்? அவை ஏன் நேர்ந்தன? எல்லாவற்றையும் சீராக்க முடியுமா? பாலம் வலுவாக இருக்கிறதா?

பாலத்தின் கதை

பாம்பன் பாலம் பொறியியல் ரீதியாக மட்டுமில்லை; வரலாற்று ரீதியாகவும், பண்பாட்டு ரீதியாகவும் முக்கியத்துவம் வாய்ந்தது.

1870களில் கிழக்கிந்திய கம்பெனி பாம்பனில் தொடங்கி இராமேஸ்வரம், தனுஷ்கோடி வழியாக தலைமன்னார் வரையிலான ஓர் இணைப்பைத் திட்டமிட்டது. மதிப்பீடு ரூ. 2.91 கோடி. பிரட்டிஷ் பாராளுமன்றம் திட்டத்தை பரிசீலித்தது. ஆனால் செலவு அதிகம் என்று நிராகரித்து விட்டது. அதன் பிறகு நாளதுவரை சிங்களத் தீவினுக்கோர் பாலம் அமைப்பது கனவாகவே நிற்கிறது.

பிற்பாடு, பாம்பன் முதல் இராமேஸ்வரம் வரையிலான பாலத்தை பிரட்டிஷ் பாராளுமன்றம் அனுமதித்தது (ரூ.70 இலட்சம்). பாலம் 1914இல் கட்டி முடிக்கப்பட்டது. இந்தியாவில் இரும்பாலைகளே இல்லாத காலத்தில் இரும்பையும், தொழில்நுட்பத்தையும் இறக்குமதி செய்து கட்டப்பட்ட பாலம் அது.

அந்தப் பாலம் இராமேஸ்வரம் தீவை நாட்டின் பெரும் பரப்போடு இணைத்தது. இராமேஸ்வரம் மக்களின் மீன்பிடிப் பொருட்களையும் ஜவுளிப் பொருட்களையும் நாட்டின் பிற பகுதிகளுக்குக் கொண்டு செல்வது எளிதானது. மேலும், இது காசி விஸ்வநாதரையும், இராமேஸ்வரம் இராமநாதரையும் இணைக்கும் ஆன்மீகப் பாலமும் ஆனது. 1983ஆம் ஆண்டின் கறுப்பு ஜூலைக்குப் பிறகு ஆயிரக்கணக்கான ஈழத் தமிழ் அகதிகளை பாம்பன் முகாமிற்குக் கொண்டு சேர்த்ததும் இந்தப் பாலம்தான்.

1988இல் அப்போதையப் பிரதமர் ராஜீவ் காந்தி தேசிய நெடுஞ்சாலை 49இன் நீட்சியாக ‘அன்னை இந்திரா காந்தி சாலைப் பால’த்தைத் திறந்து வைத்தார். சாலைப் பாலமும், ரயில் பாலமும் இணையாக இயங்கி வந்தன. புத்தாயிரமாண்டிற்குப் பிறகு ரயில் பாலத்தில் அரிமானங்கள் தென்படத் துவங்கின. திருத்தப் பணிகள் மேற்கொள்ளப்பட்டன. குறைந்த வேகத்தில் ரயில்கள் இயங்கி வந்தன. ஒரு கட்டத்தில் இனி பழைய பாலத்தைப் பயன்படுத்த வேண்டாமென்று ரயில்வே துறை முடிவெடுத்தது. 2019இல் பிரதமர் நரேந்திர மோடி புதிய ரயில் பாலத்திற்கான அடிக்கல் நாட்டினார். அந்தப் பணிதான் இப்போது நிறைவுற்று பிரதமரால் 2025 ஏப்ரல் மாதத்தில் திறந்து வைக்கப்பட்டிருக்கிறது.

ஆய்வும் அறிக்கையும்

புதிய பாலம் (ரூ.535 கோடி) பல நவீனக் கூறுகளை உள்ளடக்கியது. பழைய பாலத்தில் கப்பல் போகும் நீர்வழித்தடத்தில் உத்தரங்கள் மேல்நோக்கித் திறக்கும். இதைக் கைகளால் இயக்க வேண்டும். புதியது ஒரு தூக்குப் பாலம், உத்தரங்கள் மின் தூக்கிகளைப் போல் உயரும்.

இது மின்சாரத்தில் இயங்கும். முன்னதில் அனுமதிக்கப்பட்ட வேகம் மணிக்கு 50கிமீ, பின்னதில் 80கிமீ. இரண்டின் நீளமும் சுமார் 2கிமீ. பழையதில் 145 தூண்கள் இருந்தன. புதியதில் 101 துண்கள் மட்டுமே.

புதிய பாலத்தில் கப்பல் போகக்கூடிய நீர்வழித்தடத்தில் தூண்களுக்கு இடையிலான தூரம் (இடைநீளம், span) 72மீ (236 அடி), மற்ற இடைநீளங்கள் 18.3மீ (60 அடி). இந்தப் புதிய பாலம் கட்டி முடிக்கப்பட்டதும் ஆணையர் ஆய்வு மேற்கொண்டார். இவர் ரயில்வே துறை வல்லுநர். ஆனால் இவர் பணியாற்றுவது விமானத் துறையில். இது ஆணையர் சுயேச்சையாக இயங்குவதற்கான நிர்வாக ஏற்பாடு. இவரது அறிக்கைதான் இப்போது பேசுபொருளாகியிருக்கிறது.

புதிய பாலத்தில் ரயில் போக்குவரத்தை ஆணையர் தடை செய்யவில்லை, அனுமதித்தார். அதாவது, பாலம் வலுவாக இருக்கிறது. அதில் அச்சப்படத் தேவையில்லை. ஆனால், வடிவமைக்கப்பட்ட 80 கிமீ வேகத்திற்குப் பதிலாக பிரதான இடைநீளத்தில் 50 கிமீ வேகத்திலும், மற்ற இடைநீளங்களில் 75கிமீ வேகத்திலும் மட்டுமே ரயில்கள் போகலாம் என்றும் ஆணையர் கட்டுப்பாடு விதித்தார். ஏன் வேகத்தைக் குறைக்க வேண்டும்? அதற்கான காரணங்கள் அவரது அறிக்கையில் இருக்கின்றன. ஆணையரின் குற்றச்சாட்டுகளைத் திட்டமிடலில் உள்ள குறைகள், கட்டுமானத்தில் நேர்ந்த குறைகள் என இரண்டாகப் பிரித்துக்கொள்ளலாம்

திட்டமிடல் குறைகள்

முதலாவதாக, இந்திய ரயில்வேயில் ஆராய்ச்சி, மேம்பாடு, விதிமுறை ஆகியவற்றுக்காக ஓர் அமைப்பு (Research Development Standards Organisation-RDSO) இயங்கி வருகிறது. எல்லாப் புதிய தொழில்நுட்பங்களும் இந்த அமைப்பின் அறிவுரைப்படியே கைக்கொள்ளப்படும். 230அடி இடைநீளம் கொண்ட ஒரு தூக்குப் பாலம் கட்டப்படுவது இந்தியாவில் இது முதல் முறை. ஆகவே பாலத்தை வடிவமைக்க ஒரு வெளிநாட்டு நிறுவனத்தை அமர்த்தியது ரயில்வே நிர்வாகம். இந்த வடிவமைப்பை சரி பார்க்கும் பணி சென்னை-ஐ.ஐ.டிக்கு வழங்கப்பட்டது. இதற்கு அடுத்த கட்டமாக இந்த வடிவமைப்பை அங்கீகரிக்கவும், இது தொடர்பான புதிய கட்டுமான விதிமுறைகளை உருவாக்கவுமான பொறுப்பை RDSO மேற்கொண்டிருக்க வேண்டும். ஆனால் அது இந்தப் பொறுப்பைத் தட்டிக் கழித்துவிட்டது என்று ஆணையர் குற்றஞ்சாட்டுகிறார். இதில் ரயில்வே வாரியமும் மெத்தனமாக இருந்துவிட்டது என்கிறார் ஆணையர்.

அடுத்து குற்றச்சாட்டு, பற்ற வைத்தல் (welding) தொடர்பானது. பாலத்தின் உத்தரங்கள் பட்டறையில் உருவாக்கப்பட வேண்டும். இது தொடர்பான முக்கியமான இணைப்புகளும் பட்டறையிலேயே பற்ற வைக்கப்பட்டிருக்க வேண்டும். ஆனால் இந்த உத்தரங்களில் சில முக்கியமான இணைப்புகள் பணித்தலத்தில் (site) பற்ற வைக்கப்பட்டிருப்பதை ஆணையர் சுட்டிக்காட்டுகிறார். மேலதிகமாக, 20% பற்றவைப்புகள் பரிசோதிக்கப்பட வேண்டும் என்பது விதி. அந்த அளவிற்கான இணைப்புகள் சோதிக்கப்பட்டும் இருக்கின்றன. இந்த இணைப்புகளில் பட்டறை இணைப்புகளும் இருக்க வேண்டும் (தரமானது), பணித்தல இணைப்புகளும் இருக்க வேண்டும் (தரக்கட்டுப்பாடு சிரமமானது). ஆனால் சோதிக்கப்பட்ட இணைப்புகள் அனைத்தும் பட்டறை இணைப்புகள், பணித்தல இணைப்புகள் அல்ல என்பது ஆணையரின் குற்றச்சாட்டு. RDSO இந்தத் தூக்குப் பாலத்திற்காகத் தனியான கட்டுமான விதிமுறைகளை உருவாக்கியிருந்தால் இந்தப் பிழைகள் தவிர்க்கப்பட்டிருக்கும்.

மூன்றாவதாக, இந்தப் பாலம் உலகின் அரிமானம் மிக அதிகமுள்ள கடற்பரப்பில் கட்டப்பட்டிருக்கிறது. அரிமானம் நேராதிருக்க பல்வேறு

முன்னெச்சரிக்கை நடவடிக்கைகளை மேற்கொண்டிருப்பதாக ரயில்வே நிர்வாகம் தெரிவித்திருக்கிறது. ஆனால் அவற்றை மீறி சில இடங்களில் அரிமானத்திற்கான அறிகுறிகள் தென்படுவதாக ஆணையர் அவதானித்திருக்கிறார்.

கட்டுமானத்தில் குறைகள்

அடுத்து, ஆணையர் கட்டுமானத்தில் நேர்ந்த பல்வேறு குறைகளை அடுக்குகிறார். உத்தரங்கள் துண்களில் அமரும் இடத்தில் தாங்கிகள் (bearing) இருக்கும். இவற்றுக்கும், உத்தரங்களுக்கும் இடையிலான இடைவெளி சில இடங்களில் அதிகமாக இருக்கிறது. அடிக்கட்டைகளுக்கும், (sleeper) தண்டவாளங்களுக்கும் இடையிலான இடைவெளி அவர் சோதித்த இடங்களில் கூடுதலாக இருக்கிறது. வழித்தடத்தின் மட்டம் சில இடங்களில் பிசகி நிற்கிறது. சமிக்ஞை தொடர்பான மின்னியல் வரைபடங்கள் கைகளால் திருத்தப்பட்டிருக்கின்றன; அவை சீரமைக்கப்படவும் ஆவணப்படுத்தப்படவும் இல்லை. பட்டியல் நீள்கிறது.

என்ன செய்யலாம்?

ஆணையர் பட்டியலிட்டிருக்கும் கட்டுமானக் குறைகள் பலவற்றைச் சீராக்கிவிட முடியும். பாலம் திறக்கப்படுவதற்கு முன்னால் அவை செய்யப்பட்டிருக்குமென்றும் நம்பலாம். ஆனால் இப்படியான பிழைகள் ஒரு புதிய கட்டுமானத்தில் நேர்ந்திருப்பது வருந்தத்தக்கது. மேலை நாடுகளில் இது போன்ற திட்டப்பணிகளில் கிஞ்சித்தும் சமரசம் செய்துகொள்ள மாட்டார்கள். இந்தக் குறைகள் தரக்கட்டுப்பாடு குறித்த நமது நாட்டின் ஒட்டுமொத்த மனோபாவத்தைப் பிரதிபலிக்கிறது. நாம் இந்தப் போதுமென்ற மனதைத் தூக்கி ஒரு ஓரமாக வைத்துவிட்டு பெரிதினும் பெரிது கேட்கிறவர்களாக மாற வேண்டும்.

அடுத்து, அரிமானம் தொடர்பாகவும், பணித்தலத்தில் பற்ற வைக்கப்பட்ட இணைப்புகள் தொடர்பாகவும் தொடர்ந்து கண்காணிப்பதும், பராமரிப்பதும், அவசியமான திருத்தப் பணிகள் மேற்கொள்வதும் அவசியம். பாலத்தின் எல்லா உறுப்புகளையும் தொடர்ந்து கண்காணிப்பது பாலம் நீடித்துழைக்க வகை செய்யும்.

கடைசியாக, RDSO குறித்த குற்றச்சாட்டுகள். எந்த நிறுவனமும் தொடர்ந்து ஆய்வில் ஈடுபட்டால் மட்டுமே வளர முடியும். இந்த அரிய வகைப் பாலம் தொடர்பான அனைத்து ஆய்வுகளையும் RDSO கவர்ந்துகொண்டிருக்க வேண்டும். மாறாக அவர்கள் இந்த

நல்வாய்ப்பைத் தட்டிக் கழித்திருக்கிறார்கள். இது ஆய்வுப் போக்கில் நமது நாட்டில் நிலவும் அலட்சியத்தின் வெளிப்பாடுதான். நமது உள்நாட்டு உற்பத்தியில் 0.6% மட்டுமே ஆய்வுப் பணிகளுக்காகச் (R&D) செலவிடப்படுகிறது. அதே வேளையில் சீனா 2.5% சதவீதமும் அமெரிக்கா 3.5%உம் செலவிடுகின்றன. ஆகவே ரயில்வேயில் மட்டுமல்ல; எல்லாத் துறைகளிலும் இந்தியாவில் புதிய கண்டுபிடிப்புகள் அரிதாகிவிட்டன.

"நூறாண்டுகளுக்கு முன்னால், தொழில்நுட்ப வளர்ச்சி குறைவான காலத்தில் கட்டப்பட்ட பாலம் இன்றளவும் ஒரு பொறியியல் அற்புதமாகக் கருதப்படுகிறது. மாறாக புதிய பாலம் திட்டமிடலிலிருந்து கட்டுமானம் வரை பல்வேறு குறைபாடுகளைக் கொண்டு ஒரு மோசமான முன்னுதாரணமாக விளங்குகிறது"- ஆணையர் தனது அறிக்கையில் இப்படிச் சொல்லியிருக்கிறார்.

வருங்காலங்களில் இப்படியான தவறுகளை ரயில்வே துறை தவிர்க்க வேண்டும். பாம்பன் பாலத்தின் பல குறைகளைச் சீராக்கிவிட முடியும். சில பிரச்சினைகளுக்குத் தொடர் கண்காணிப்பு அவசியமாகும். ரயில்வே வாரியம் ஆணையரின் அறிக்கையைப் பரிசீலிக்க ஓர் உயர்மட்டக் குழுவை நியமித்திருக்கிறது. இந்தக் குழுவினர் தம் பரிந்துரைகளை ஆய்வுப் புலத்தில் வெளியிடலாம். அது துறை சார்ந்த வல்லுநர்களிடம் ஓர் உரையாடலை வளர்க்கும்.

பாம்பன் பாலம் சில பாடங்களை வழங்கியிருக்கிறது. ரயில்வே துறையும், கூடவே ஒரு சமூகமாக நாமும் அதிலிருந்து கற்றுக்கொள்வோம்.

○ இந்து தமிழ் திசை 17.12.2024

18

நகரமயமும் போக்குவரத்தும்

இந்தப் பூவுலகில் 55% மக்கள் நகரங்களில் வாழ்கிறார்கள். நகரங்களில்தான் வேலையும், வாய்ப்பும் இருக்கிறது. அது நாள்தோறும் பெருகி வருகிறது. ஆகவே 2050இல் மூன்றில் இருவர் நகரங்களில் வாழ்வார்கள் என்கிறது ஒரு மதிப்பீடு. எனில், இந்த நகரங்கள் பெருந்தொகையான மக்கள் வாழத் தகுதியானவையாக உள்ளனவா? மொத்த கரியமில வாயுவில் 75% நகரங்களால்தான் வெளியேற்றப்படுகின்றன. இதில் மூன்றில் ஒரு பங்கு, அதாவது சுமார் 25% வாயு, எந்நேரமும் நகரங்களை ஊடறுத்து விரையும் போக்குவரத்துச் சாதனங்கள் வெளியேற்றுபவை. இதில் கணிசமான பங்கு, அதாவது 57% தனியார் பயன்படுத்தும் வாகனங்களிலிருந்து (கார், மோட்டார் பைக்) வெளியாவதாகச் சொல்கிறது ஒரு பன்னாட்டு அறிக்கை (FTA, 2007). இது உலக அளவிலான சராசரி. இந்தியாவில் இந்த வீதம் இன்னும் அதிகம்.

இது உலகமயத்தின் காலம். இதன் முதன்மையான கூறுகளில் ஒன்று நகரமயம். இந்தியா இவ்விரண்டு மயத்திற்கும் விலக்காக அமையவில்லை. நாடு விடுதலை அடைந்தபோது 14% மக்கள்தாம் நகரங்களில் வாழ்ந்தார்கள். 2011 மக்கள் தொகை கணக்கீட்டில்

அந்த வீதம் 31%ஆக உயர்ந்திருக்கிறது (தமிழகம் 48.4%). நமது நாட்டின் மொத்த உற்பத்தியில் நகரவாசிகள் 75% பங்களிக்கிறார்கள். இவர்கள்தான் இந்தியாவிற்கு உற்பத்தித் துறையிலும், சேவைத் துறையிலும் பொருளீட்டித் தருகிறார்கள். ஆனால் இவர்கள் வாழும் நகரங்களின் காற்று, மாசால் நிரம்பியிருக்கிறது. உலகில் மாசடைந்த காற்றை சுவாசிக்கும் முதல் 30 நகரங்களின் பட்டியலில் 16 நகரங்கள் இந்தியாவில் இருக்கின்றன (WHO Database, ஜனவரி 2024). இந்த விவரம் நமக்குப் பெருமை சேர்க்கப் போவதில்லை. வேறு எந்த நாட்டைக் காட்டிலும் போக்குவரத்துச் சாதனங்கள் உண்டாக்கும் மாசு நம் நகரங்களின் காற்றில் அதிகமாக இருக்கிறது. நாம் பயணிக்கிற விதத்தில் இந்த மாசையும் காலநிலை மாற்றத்தையும் கட்டுப்படுத்த முடியும். இதைப் பிரதானமாக மூன்று வழிகளில் செய்யலாம்: பொதுப் போக்குவரத்தை அதிகரிப்பது, சைக்கிள் பயணத்தை ஊக்குவிப்பது, எரிபொருளுக்கு மாற்றாக மின்சாரத்தைப் பயன்படுத்துவது.

ரயில்

முதலாவதாக பொதுப் போக்குவரத்தை மேம்படுத்த வேண்டும். ரயிலில் தொடங்கலாம். 1947இல் பிரிட்டிஷார் விட்டுச் சென்ற ரயில் தடங்களின் நீளம் 54,693 கிமீ. இதில் அகல ரயில் பாதிக்கும் குறைவாகத்தான் இருந்தது (25,170 கிமீ). விடுதலைக்குப் பிறகு மீட்டர் கேஜ் தடங்கள் பலவும் அகல ரயில் தடங்களாக மாற்றப்பட்டன. எனினும் 2023ஆம் ஆண்டுக் கணக்கின்படி நாட்டின் மொத்த ரயில் தடங்களின் நீளம் 68,426 கிமீ. கடந்த 75 ஆண்டுகளில் தடங்களின் நீளம் கால் பங்குதான் கூடியிருக்கிறது.

ஓர் ஒப்பீட்டுக்காக சீன ரயில் தடங்களின் வளர்ச்சியைப் பார்க்கலாம். 1945இல் சீன ரயில் தடங்களின் நீளம் 27,000 கிமீ. இந்திய அளவில் பாதி. இப்போது 78,000 கிமீக்கும் மேல். நீளம் மட்டுமல்லை, இந்திய ரயில்களின் வேகமும் குறைவானது. இந்திய விரைவு ரயில்களின் சராசரி வேகம் மணிக்கு 50.6 கிமீ, சரக்கு ரயில்களின் வேகம் மணிக்கு 23.6 கிமீ (சி.ஏ.ஜி அறிக்கை, 2020). சீனாவில் அதிக நிறுத்தங்களில் நிற்கும் K-Fast எனப்படும் விரைவு ரயில்களின் வேகம் மணிக்கு 120 கிமீ என்பதோடு இதை ஒப்பிட்டுக்கொள்ளலாம்.

சரக்குப் பரிமாற்றத்திற்கு உலகின் பல நாடுகளும் சரக்கு ரயில்களையே அதிகமும் நாடுகின்றன. அதுவே சுற்றுச் சூழலுக்கு உகந்தது. ஆனால், இதற்கு மாறாக இந்தியாவில் 61% சரக்குகள் சாலை வழியாகவும், 27% சரக்குகள் மட்டுமே ரயில் வழியாகவும் கொண்டு செல்லப்படுகின்றன.

இந்திய ரயில்வே நாட்டின் பெரிய துறைகளுள் ஒன்று. சமீப காலம் வரை அதன் வரவு செலவு அறிக்கை நாடாளுமன்றத்தில் தனியாகத்தான் தாக்கல் செய்யப்பட்டது. இத்தனை ஆண்டுகளில் தடங்களின் நீளம் பல மடங்கு அதிகரித்திருக்க வேண்டும். ரயில்களின் எண்ணிக்கையும் வேகமும் கூடியிருக்க வேண்டும். சரக்குப் பரிமாற்றம் அதிகமும் ரயில்களின் வழியாக நடந்திருக்க வேண்டும். அப்படி எதுவும் நடக்கவில்லை. அடுத்த காலத்தில் நடப்பதற்கான அறிகுறியும் தென்படவில்லை. ஆனால் ரயில் போக்குவரத்தைப் பன்மடங்கு அதிகரித்தாக வேண்டிய கால கட்டத்தில் இருக்கிறோம்.

மெட்ரோ ரயில்

இந்த இடத்தில் மெட்ரோ ரயிலைப் பற்றியும் பேச வேண்டும். வளர்ந்த நாடுகள் பலவும் பொதுப் போக்குவரத்தின் பிரதானக் கண்ணியாக மெட்ரோவையே நம்பியிருக்கின்றன. இதற்குக் காரணம் இருக்கிறது. சாலைப் போக்குவரத்தோடு ஒப்பிடுகிறபோது மெட்ரோ ரயிலில் பயண நேரம் பாதிக்கும் குறைவு. மெட்ரோ ரயில்கள் குறிப்பிட்ட காலத்தில் வரும். துரிதமாகச் செல்லும். சாலைப் போக்குவரத்தோடு ஒப்பிடுகையில் மெட்ரோ ரயிலுக்கு ஐந்தில் ஒரு பங்கு எரிபொருளும், மின்சக்தியும் போதுமானவை என்கின்றன ஆய்வுகள். மெட்ரோவால் காற்றில் உண்டாகும் மாசு குறைவு. ஒலியால் உண்டாகும் மாசும் குறைவு. அதனால் மெட்ரோ ரயில் சுற்றுச் சூழலுக்கு நல்லது. மேலும் மெட்ரோ ரயில் தூய்மையானது, பாதுகாப்பானது. மெட்ரோ ரயிலால் சாலையில் வாகன நெரிசலும் குறையும்.

உலகின் பல நகரங்களில் மெட்ரோ ரயில் பல ஆண்டு காலமாக ஓடி வருகிற போதும், இந்தியாவில் இது கடந்த 20 ஆண்டுகளாகத்தான் வேகம் பிடித்திருக்கிறது. டில்லி, மும்பை, கொல்கத்தா, சென்னை, பெங்களூரு, ஹைதராபாத் ஆகிய முதல் நிலை நகரங்கள் தவிர ஆகமதாபாத், போபால், ஜெய்ப்பூர், லக்னோ, நாக்பூர், கொச்சி முதலான இரண்டாம் நிலை நகரங்களிலும் மெட்ரோ ஓடுகிறது. இப்போதைய மெட்ரோ தடங்களின் நீளம் 750 கிமீ. கட்டுமானத்தில் இருப்பவை 500 கிமீ. ஒப்புதல் பெற்று பணி தொடங்கக் காத்திருப்பவை 500 கிமீ. வரைபட மேசையில் இருப்பவை 1000 கிமீ. இந்த விவரங்கள் ஊக்கமளிப்பவைதான். ஆனால் டில்லி மெட்ரோ தவிர, அநேகமாக எல்லா மெட்ரோக்களும் நட்டத்தில்தான் இயங்குகின்றன. காரணம் பெரும் பொருட் செலவில் கட்டப்படும் மெட்ரோ திட்டங்களுக்கு மாநில அரசுகள் சர்வதேச நிதியங்களிலிருந்து கடன் பெறுகின்றன. அவற்றைத்

திருப்பிச் செலுத்துகிற சுமையால் பயணக் கட்டணங்களை அதிகமாக விதிக்கின்றன. தவிர, ஒன்றிய அரசு வழங்கும் நிதியின் வீதமும் குறைந்து வருகிறது. சென்னை மெட்ரோவின் இரண்டாம் கட்டத்திற்கு நெடுநாள் கோரிக்கைக்குப் பிறகு 10% அளிக்க முன்வந்திருக்கிறது ஒன்றிய அரசு. ஒன்றிய அரசிடம்தான் செல்வம் குவிந்திருக்கிறது. அது கணிசமாக நிதி வழங்கினால்தான் மாநில அரசுகளால் கட்டணத்தைக் குறைக்க முடியும். மெட்ரோவின் பயன்பாடு மிகும். கட்டுமானமும் அதிகரிக்கும்.

சாலை

அடுத்து, தனியார் வாகனங்களுக்குப் பதிலாகப் பேருந்துப் பயன்பாட்டை அதிகரிக்க வேண்டும். அதற்கு நல்ல சாலைகள் வேண்டும். இப்போதையக் கணக்கின்படி இந்தியாவின் நகரங்களும், கிராமங்களும் 33.4லட்சம் கிமீ நீளமுள்ள சாலைகளால் இணைக்கப்பட்டிருக்கின்றன. இவை எல்லாம் தார்ச்சாலைகள் அல்ல. எனினும் நாட்டின் 87% மக்கள் தங்கள் பயணங்களுக்கு இந்தச் சாலைகளைத்தான் பயன்படுத்துகிறார்கள். 1947இல் வெறும் 21,378கிமீ ஆக இருந்த தேசிய நெடுஞ்சாலைகள், இப்போது 1.4 லட்சம் கிமீ ஆக வளர்ந்திருக்கின்றன. நாட்டின் மொத்தச் சாலைகளின் நீளத்தில் இது 4%தான். ஆனால் சாலைப் போக்குவரத்தின் 40% பயணங்கள் இந்தத் சாலைகளின் மீதுதான் நடக்கின்றன. அதே வேளையில் நகரச் சாலைகளும், கிராமச் சாலைகளும் இந்த தேசிய நெடுஞ்சாலைகளின் தரத்தில் இல்லை. அவை போதுமானதாகவும் இல்லை. இவற்றை மேம்படுத்தியாக வேண்டும். அது பொதுப் போக்குவரத்தை மேம்படுத்தும்.

சைக்கிள்

சைக்கிளின் பயன்பாடு சொல்லவும் பெரிது. நெதர்லாந்தில் 27% பயணங்களுக்கு மக்கள் சைக்கிளைத்தான் பயன்படுத்துகிறார்கள். டென்மார்க்கில் இது 18%, ஜெர்மெனியில் 10%.

ஒரு காலத்தில் இங்கும் சைக்கிள்கள் பரவலாக ஓடின. நடுவயதைத் தாண்டிய பலரது நினைவுச் சேகரங்களில் வாடகை சைக்கிள்களும், குரங்கு பெடல்களும், எண்ணற்ற முழங்கால் சிராய்ப்புகளும் இருக்கும். அறுபதுகளில் சைக்கிள் ஓர் ஆடம்பரப் பொருள். செல்வந்தர் வீடுகளில்தான் இருக்கும். எண்பதுகளில் அதுவே அத்தியாவசியப் பொருளானது. இந்நாளில் கார்களும், மோட்டார் பைக்குகளும் நீக்கமற நிறைந்திருக்கும் நகரச் சாலைகளில் அந்நாளில் சைக்கிள்கள்தாம் ஆதிக்கம் செலுத்தின. தொண்ணூறுகளின் மத்தியில் உலகமயம்

வேகம் எடுத்தது. அதுவரை முன்பணம் செலுத்தி காத்திருந்து வாங்க வேண்டியிருந்த கார்களும், பைக்குகளும் உடனடியாகக் கிடைத்தன. நடுத்தர வர்க்கத்தினருக்கு வங்கிகள் கடன் வழங்கின. அவர்கள் வாங்கிய வாகனங்களே அடகுப் பொருளாகியது. அதை வாங்கியவரே வைத்துக்கொள்ளலாம், பயன்படுத்தலாம், அசலையும் அதற்கு இணையாக வளரும் வட்டியையும் கிரமமாகச் செலுத்த வேண்டும். இப்படியாகச் சாலைகளை நிறைத்தன தனியார் வாகனங்கள்.

இதுவரை நாம் வாசித்தது இந்தியாவின் கதைதான். எனில், இது சீனாவின் கதையுங்கூட. இந்தியாவின் கதை இன்றளவும் அப்படியே தொடர்கிறது. சீனாவின் கதை இடையில் மாறிவிட்டது. 2008இல் பெய்ஜிங்கில் நடந்த ஒலிம்பிக் போட்டிகள் கண் திறப்பாக அமைந்தன. அப்போது காற்று மாசைக் குறைக்க நகரிலும், சுற்றியுள்ள மாவட்டங்களிலும் தொழிற்சாலைகள் மூடப்பட்டன. தனியார் வாகனங்களின் ஓட்டம் பெரிதும் மட்டுப்படுத்தப்பட்டது. முன் அனுமதியின்றி வாகனங்களைச் சாலையில் இறக்கிவிட முடியாது. ஒலிம்பிக் போட்டியாளர்கள் நல்ல காற்றை சுவாசிக்க சீன அரசு இப்படியாக மெனக்கெட வேண்டியிருந்தது.

இந்த அனுபவத்திற்குப் பிறகு சீன அரசு சைக்கிள்களின் பக்கம் தன் கவனத்தைத் திருப்பியது. இன்று பெய்ஜிங் நகரெங்கும் பசுமை, மஞ்சள், நீல நிற சைக்கிள்களைப் பார்க்கலாம். இவை மூன்று நிறுவனங்களுக்குச் சொந்தமானவை. நகரின் பிரதான சந்திகளில் இவை நிறுத்தப்பட்டிருக்கும். செல்பேசியில் பதிவிறக்கிக்கொண்ட செயலிகளின் க்யூ.ஆர் குறிகளின் வழியாக இந்த சைக்கிள்களின் பூட்டைத் திறக்க முடியும். போக வேண்டிய அலுவலகத்திற்கோ மெட்ரோ ரயில் நிலையத்திற்கோ அருகாமையில் உள்ள நிறுத்தத்தில் சைக்கிளை விட்டுவிடலாம். அதே செயலியின் வழியாக வாடகையைச் செலுத்தலாம். மாதாந்திர சலுகைக் கட்டணங்களும் உண்டு.

பெய்ஜிங்கில் பெற்ற வெற்றியைத் தொடர்ந்து பியுஜியான், ஹைனான் முதலான நகர வீதிகளிலும் பசுமை, மஞ்சள், நீல நிற சைக்கிள்கள் ஓடுகின்றன. இந்த நவீன வாடகை சைக்கிளின் கதை-வசனம் சீனாவில் எழுதப்படவில்லை. பல மேலை நாடுகளில் இந்த முறை புழக்கத்தில் இருக்கிறது. தங்கள் மண்ணிற்கு ஏற்றாற்போல் அதன் கதை-வசனத்தைச் சீனர்கள் மாற்றிக்கொண்டார்கள்.

இந்தக் கதை நன்றாகத்தான் இருக்கிறது. இதற்கு யாரிடத்திலும் காப்புரிமை இல்லை. ஆனால் நாம் இந்தக் கதையை எடுத்தாள முடியாது. மேற்கிலும், சீனாவிலும் சைக்கிள்கள் போகப் பாதைகள் தனியானவை,

சமிக்ஞை விளக்குகளும் தனியானவை. விரைவு வாகனங்களும் சைக்கிள்களும் ஒரே சாலையில் பயணிக்க முடியாது. முதற் கட்டமாக நாம் சைக்கிள்களுக்குத் தனிப்பாதை உருவாக்க வேண்டும். தில்லி போன்ற அகன்ற சாலைகள் உள்ள நகரங்களில் இதை உடனடியாகச் செய்யலாம். மும்பை, சென்னை போன்ற அகலங் குறைந்த சாலைகளில் இதைப் படிப்படியாகச் செய்ய வேண்டும். சாலைகளை விரிவாக்கலாம். பிரதான சாலைகளுக்கு இணையான தெருக்களில் உள்ள சாலை முழுவதையும் சைக்கிள்களுக்கு ஒதுக்கலாம். பொறியியல் ரீதியான திட்டங்களை வகுக்க முடியும். நடைமுறைப்படுத்த மக்களுக்கும், அரசுக்கும் மனம் வேண்டும்.

மின்சார வாகனம்

மூன்றாவதாக மின்சார வாகனங்கள். மின்சாரக் கார்களின் எரிபொருள் செலவு 70% குறைவானவை, பராமரிப்புச் செலவு 40% குறைவானவை. முக்கியமாக அவை வெளியேற்றும் பசுங்குடில் வாயுக்கள் 57% குறைவானவை. இதன் மின்சாரம் சூரிய ஒளியில் தயாரிக்கப்படுமானால் சூழலியல் கேடு மேலும் குறையும்

நகரமயம் என்பதைத் தவிர்க்க முடியாது. போலவே நகரங்களில் போக்கும், வரவும் தவிர்க்க முடியாதது. ஆனால் பொறுப்புள்ள சமூகம் இந்தப் போக்குவரத்தால் சுற்றுச் சூழலுக்கு உண்டாக்கும் நாசத்தைச் சகித்துக்கொண்டிருக்காது. நாம் பொதுப் போக்குவரத்தைப் பரவலாக்க வேண்டும், சைக்கிள்களையும், மின்சார வாகனங்களையும் பயன்கொள்ள வேண்டும். அரசு இந்தத் திட்டங்களை மேற்கொள்ள வேண்டும். அரசியல் தெளிவும், பொதுநல அக்கறையும் உள்ள சமூகங்களில் இவை சாத்தியமாகும்.

○ புக் டே.இன் 18.6.2024

19

பெரியாறு அணையின் கட்டுறுதியும் இரண்டு கேரள ஆளுமைகளும்

2024 ஆம் ஆண்டு மே மாதம் பெரியாறு அணை மீண்டும் விவாதப் பொருளானது. அணை பலவீனமாக இருப்பதாகச் சொல்லி வருகிறது கேரள அரசு. அணையின் நீர்மட்டம் இடைக்காலத்தில் தற்காலிகமாகக் குறைக்கப்பட்டது. அதை மீண்டும் உயர்த்துவதை எதிர்த்து வந்த கேரளம், கடந்த சில ஆண்டுகளாக பழைய அணையைத் தகர்த்துவிட்டு புதிய அணை கட்ட வேண்டும் என்றும் வாதாடி வருகிறது. அதற்கான முதற் கட்டமாக, புதிய அணையினால் ஏற்படக்கூடிய சுற்றுச் சூழல் தாக்கங்களைக் குறித்து ஓர் அறிக்கையை ஒன்றிய அரசிடம் சமர்ப்பித்தது. அது குறித்து விவாதிக்க ஒன்றிய அரசின் சுற்றுச் சூழல் அமைச்சகம் 2024 மே மாதம் 28ஆம் தேதி நாள் குறித்திருந்தது. தமிழக அரசு இதைக் கடுமையாக எதிர்த்தது. குறிப்பிட்ட நாளில் காரணம் எதுவும் சொல்லாமல் கூட்டத்தை ரத்து செய்துவிட்டது அமைச்சகம்.

இப்போது அந்த நாள்பட்ட கேள்வியை மீண்டும் எழுப்பிக்கொள்வோம். பெரியாறு அணையின் கட்டுறுதி எப்படி இருக்கிறது? இதற்கான பதிலை இரண்டு ஆளுமைகளின் வழியாகச் சொல்லலாம். ஒருவர் டாக்டர் கே.சி. தாமஸ் (1922-2020), பொறியாளர், ஒன்றிய நீர்வள ஆணையத்தின் தலைவராக இருந்தவர். அடுத்தவர், கே.டி.தாமஸ் (1937), சமூக

ஆர்வலர், உச்ச நீதிமன்றத்தின் முன்னாள் நீதியரசர். இருவருக்கும் ஒரே பெயர் என்பதோடு வேறு சில ஒற்றுமைகளும் உண்டு. இருவரும் மலையாளிகள். தத்தமது துறையில் வல்லுநர்கள். அதற்கான அங்கீகாரம் உடையவர்கள். இருவரும் பெரியாறு அணையுடன் தொடர்புடையவர்கள்.

பொறியியல் அற்புதம்

"அனாதி காலந்தொட்டு மதுரை ஜில்லா பாசனநீர்ப் பற்றாக் குறையால் துயரப்பட்டு வருகிறது."- இது ஜான் பென்னிகுயிக் 26 ஜனவரி, 1897 அன்று லண்டன் பொறியாளர் சங்கத்தில் வாசித்த கட்டுரையின் முதல் வரி. மதுரை ஜில்லாவையும், இடுக்கி ஜில்லாவையும் பிரிப்பது ஒரு மலைத் தொடர். மலைக்கு மறுபக்கம், இயற்கை மழையை வாரி வழங்குவதையும் பெரியாறு புரண்டு ஓடுவதையும் பென்னிகுயிக் அதே கட்டுரையில் குறிப்பிடுகிறார். மேற்கே ஓடி அரபிக் கடலில் கலந்த பெரியாற்று நதியை இடைமறித்து, கிழக்கே, வானம் பொய்த்திருந்த மதுரை ஜில்லாவிற்குத் திருப்பிய பொறியியல் அற்புதத்திற்குப் பெயர்தான் பெரியாறு அணை. அப்போது மதுரை ஜில்லா. இப்போது மதுரை, திண்டுக்கல், தேனி, இராமநாதபுரம், சிவகங்கை ஆகிய ஐந்து மாவட்டங்கள்.

பொதுவாக அணைக்கட்டுகள் ஆற்றின் போக்கில் அதன் குறுக்காகக் கட்டப்படும். அணைக்கட்டின் பின்புறத்தில் நீர்ப்பிடிப்புப் பகுதி இருக்கும். முன்புறத்தில் பாசனக் கால்வாய்கள் இருக்கும். கால்வாய்க்குத் தண்ணீர் திறந்துவிடுவதற்கான மதகுகள் (sluice) அணைக்கட்டின் ஒரு புறமும் உபரிநீரைக் கடத்தி விடுவதற்கான கலிங்குகள் (weirs) ஒரு புறமும் இருக்கும். இந்த விதிகளுக்கெல்லாம் விலக்காக விளங்குகிறது பெரியாறு அணை.

1895ஆம் ஆண்டு முதல் முல்லைப் பெரியாறு அணை தண்ணீரைத் தேக்கி வருகிறது. அந்தத் தண்ணீர் தெளிவாகத்தான் இருந்தது. 1979இல் இந்தத் தண்ணீரில் அரசியல் கலந்தது; அப்போது முதல் கலங்கிக் கிடக்கிறது.

பெரியாறு அணை 162 அடி உயரம் கொண்டது. இதில் 152 அடி வரை நீரைத் தேக்கலாம். அணைக்கு அருகே உபரி நீரைக் கேரளாவிற்கு வெளியேற்றும் கலிங்குகள் இருக்கின்றன. இதன் அடிமட்டம் 136 அடி. அதாவது நீரின் மட்டம் 136 அடிக்கு மேலெழும்பினால் நீரை வெளியேற்ற முடியும். அது கேரளாவிற்குப் போகும்.

அணைக்கட்டிலிருந்து நீர்ப்பிடிப்புப் பகுதியின் வழியாக 14கி.மீ

பயணித்தால் வருவது தேக்கடி. இங்குதான் தமிழகப் பாசனக் கால்வாய்க்கு நீரைக் கொண்டு செல்வதற்கான சுரங்கம் இருக்கிறது. இதன் அடிமட்டம் 104 அடி. அதாவது 104 அடி வரையிலான நீர் எப்போதும் நீர்ப்பிடிப்புப் பகுதியில் தேங்கியிருக்கும். இதுவே தேக்கடியை சுற்றுலாத் தலமாகவும், வனவிலங்குகளின் சரணாலயமாகவும் ஆக்கியிருக்கிறது. 104 அடிக்கு மேல் 152 அடி வரையிலான நீரைத் தேக்கித் தமிழகம் பயன்படுத்தலாம். கலிங்குகளைத் திறந்தால் மிகுதி நீர் கேரளாவிற்குச் சென்றுவிடும்.

அணையின் முழுக் கொள்ளளவின் போது நீர்ப்பிடிப்புப் பகுதியின் பரப்பு 8000 ஏக்கராக இருக்கும். இது முழுவதும் கேரளாவில் இருக்கிறது. 1886இல் திருவிதாங்கூர் சமஸ்தானம் இந்த நிலப்பரப்பை சென்னை ராஜதானிக்கு 999 ஆண்டுகள் குத்தகைக்கு வழங்கியது. இந்த ஒப்பந்தத்தைத் தமிழக, கேரள அரசுகள் 1970இல் புதுப்பித்துக் கொண்டன. எல்லாமும் நன்றாகவே நடந்தன; 1979 வரை.

பெரியாறு அணை கருங்கற் சுவர்களுக்கிடையே, சுண்ணாம்புக் காரையும் சுருக்கியும் (அரைக்கப்பட்ட செங்கல்) மணலும் கருங்கல் ஜல்லிகளும் கொண்டு உருவான கான்கிரீட்டால் கெட்டிக்கப்பட்டது. சிமெண்ட் புழக்கத்தில் வராத காலமது. அதனால் பலம் குறைந்தது என்பது பொருளல்ல. பயன்படுத்தப்பட்ட பொருட்களின் அடர்த்திக்கேற்ப வடிவமைக்கப்பட்டது. மிகுந்த தரக்கட்டுப்பாடுடன் கட்டப்பட்டது. நன்றாகப் பராமரிக்கப்பட்டும் வருகிறது. சுண்ணாம்புக் காரை

கொண்டு நூற்றாண்டுகளுக்கு முன்பு கட்டப்பட்ட பல கோயில்களும் கோட்டைகளும் இன்றும் மெருகுடன் விளங்குகின்றன.

கேரளத்தில் பூதம்

1979ஆம் ஆண்டுதான் அந்த பூதம் முதலில் புறப்பட்டது. பெரியாறு அணை பலவீனமாக இருக்கிறது எனும் கட்டுக் கதை. சமூக ஊடகங்கள் இல்லாத அந்தக் காலத்தில் பீதியைப் பரப்பும் வேலையை அச்சு ஊடகங்கள் செய்தன. கேரள அரசு ஒன்றிய அரசிடம் முறையிட்டது. அப்போது ஒன்றிய நீர்வள ஆணையத்தின் தலைவராக இருந்தவர் பொறியாளர் கே.சி.தாமஸ். அவர் தலைமையில் ஒரு வல்லுநர் குழு அணையைப் பரிசோதித்தது. அணை பாதுகாப்பாகத்தான் இருக்கிறது என்றார் கே.சி.தாமஸ். அதை அப்போதைய கேரள முதல்வர் ஈ.கே. நாயனாரிடமும் தெரிவித்தார். எனினும் அணையின் ஆயுளையும் மக்களின் அச்சத்தையும் கணக்கில்கொண்டு அணையில் மூன்று கட்ட மேம்பாட்டுப் பணிகளை மேற்கொள்ளவும், அதுவரை ஓர் இடைக்கால ஏற்பாடாக அணையின் உச்ச நீர்மட்டமான 152 அடியை 136 அடியாகக் குறைத்துக்கொள்ளுமாறும் பரிந்துரைத்தார். இரண்டு மாநில அரசுகளும் ஏற்றுக்கொண்டன.

கான்கீரீட் தலைப்பாகை (Concrete Capping), கம்பி நங்கூரம் (Cable Anchoring), கான்கிரீட் முட்டு அணை (Concrete Backing) என்பன கே.சி. தாமஸ் பரிந்துரைத்த மூன்று மேம்பாட்டுப் பணிகள். தமிழகம் இந்தப் பணிகளை மேற்கொண்டது. அவை 1984இல் முடிவடைந்தன. 1985இலும், மீண்டும் 11 ஆண்டுகள் கழித்து 1996இலும் அணையைப் பரிசோதித்த ஆணையத்தின் வல்லுநர் குழு அணை பாதுகாப்பாக இருப்பதாக அறிவித்தது. என்றாலும் அணையின் நீர்மட்டத்தை உயர்த்தக் கேரளம் உடன்படவில்லை.

மிட்டல் அறிக்கை

பிரச்சினை ஒன்றிய அரசிடமும், உச்ச நீதிமன்றத்திடமும் போனது. ஒன்றிய அரசு அணைக்கட்டு வல்லுநர் டாக்டர் பி.கே.மிட்டல் என்பாரின் தலைமையில் எழுவர் அடங்கிய பொறியாளர் குழுவை நியமித்தது. குழுவில் தமிழக, கேரள நீர்வளத் துறைகளின் தலைமைப் பொறியாளர்களான பேராசிரியர் ஏ.மோகனகிருஷ்ணனும் (1927-2017), எம்.கே.பரமேஸ்வரன் நாயரும் இடம் பெற்றனர். விரிவான சோதனைகளும் ஆய்வுகளும் நடத்திய குழு, அணை பாதுகாப்பாக இருக்கிறது என்றும், உடனடியாக நீர்மட்டத்தை 142 அடியாக உயர்த்தலாம்

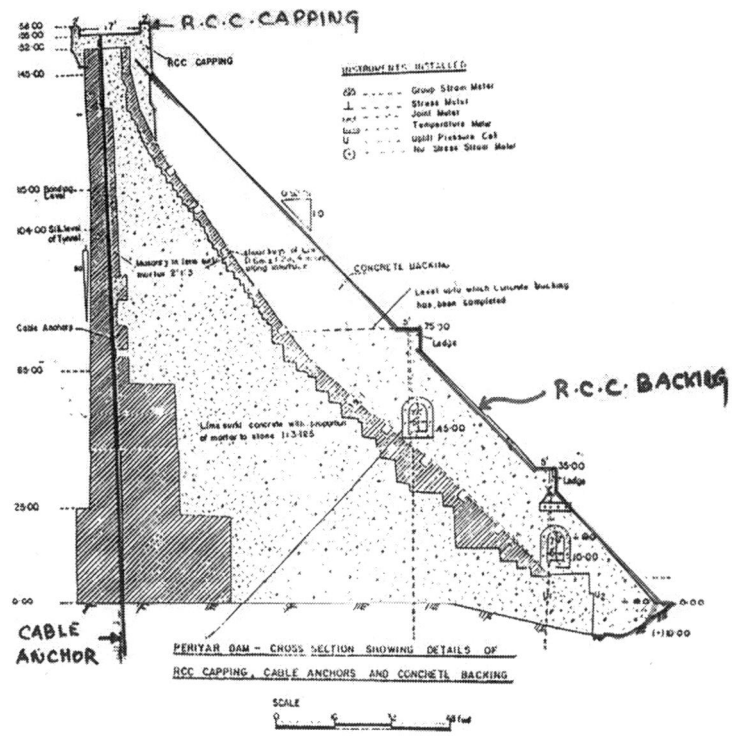

என்றும், முதன்மை அணைக்கு அருகிலிருக்கும் சிற்றணையில் சில மேம்பாட்டுப் பணிகளை மேற்கொண்ட பிறகு முழு நீர்மட்டமான 152 அடிக்கு உயர்த்திக்கொள்ளலாம் என்றும் உச்ச நீதிமன்றத்திற்குப் பரிந்துரைத்தது. இந்த 'மிட்டல் அறிக்கை' இன்றளவும் அணைக்கட்டு ஆய்வாளர்களிடையே ஒரு முன் மாதிரியாக விளங்கி வருகிறது. அறிக்கையின் பரிந்துரையைக் குழுவில் அங்கம் வகித்த கேரளப் பிரதிநிதியான எம்.கே.பரமேஸ்வரன் நாயர் மட்டும் ஏற்கவில்லை. அதே வேளையில் அவர் உச்ச நீதிமன்றத்தில் மறுப்பறிக்கை எதையும் சமர்ப்பிக்கவுமில்லை. இந்த மிட்டல் அறிக்கைதான் அணையின் நீர்மட்டத்தை 142 அடியாக உயர்த்திக்கொள்ளலாம் என்று உச்ச நீதிமன்றம் ஆணையிட அடிப்படையாக அமைந்தது. இந்தத் தீர்ப்பை 2006இல்தான் பெற முடிந்தது (W.P.(Civil) No.386 of 2001 நாள் 27.2.2006).

நீர் உயர வதந்தி உயரும்

நீர்மட்டம் உயர்ந்தால் அணை உடையும் என்றொரு கதையைக் கட்டமைத்திருந்த கேரள ஊடகங்கள் இப்போது தங்கள் ஊகங்களை ஊதிப் பெருக்கின. இதைத் தொடர்ந்து கேரள அரசு நீர்ப்பாசனப் பாதுகாப்புக்காகத் தனிச் சட்டமொன்றை நிறைவேற்றியது. மாநிலத்திலுள்ள எல்லா அணைக்கட்டுகளின் நீர்மட்டத்தையும் கேரள அரசுதான் நிர்ணயிக்கும். இதன்படி பெரியாறு அணையின் நீர்மட்டம் 136 அடிக்கு மிகலாகாது. கேரள அரசு நிறைவேற்றிய இந்தச் சட்டம் கூட்டாட்சி தத்துவத்திற்கும், பொறியியல் கோட்பாட்டிற்கும், சட்டத்தின் மாட்சிமைக்கும் (rule of law) எதிரானது. 2006இல் தமிழகம் மீண்டும் வழக்குத் தொடுத்தது. கேரளம் எதிர் வழக்காடியது. அரசமைப்பின் ஆதார விதிகளே கேள்விக்குள்ளானதால், 2010இல் இந்த வழக்கு ஐந்து நீதியரசர்களைக் கொண்ட அமர்வுக்கு மாற்றப்பட்டது. இந்த அமர்வு அணையின் பாதுகாப்பைக் குறித்து ஆய்வு செய்ய நீதியரசர் ஏ.எஸ்.ஆனந்தின் தலைமையில் ஓர் உயர்மட்டக் குழுவை அமைத்தது. குழுவில் தமிழக அரசின் சார்பில் உச்ச நீதிமன்ற முன்னாள் நீதியரசர் ஏ.ஆர்.லெட்சுமணனும் (1942 - 2020), கேரள அரசின் சார்பில் முன் குறிப்பிடப்பட்ட நீதியரசர் கே.டி.தாமசும் இடம் பெற்றனர். தவிர, இரண்டு பொறியியல் வல்லுனர்களோடு குழுவின் உறுப்பினர் ஐவராயினர்.

வினாக்கள் நான்கு, விடை ஒன்று

ஓர் அணைக்கட்டின் பாதுகாப்பு முக்கியமாக நான்கு அம்சங்களில் கணிக்கப்படுகிறது. உச்சபட்ச சாத்தியமுள்ள பெருமழையின் போது அணையின் நீர்மட்டம் எவ்வளவு உயரும், நீர்ப்பரப்பு எவ்வளவு விரியும்? இரண்டு, அணையின் நீர்க்கசிவு கூடி வருகிறதா? அது விதிக்கப்பட்ட அளவிற்குள்ளாக இருக்கிறதா? மூன்று, அணையின் கட்டுமானப் பொருட்களின் தரம் எப்படி இருக்கிறது? நான்கு, அணை எந்த அளவிற்கான நிலநடுக்கத்தை எதிர்கொள்ளும்? அது குறிப்பிட்ட பகுதியில் சாத்தியமுள்ள அதிகபட்ச நிலநடுக்க அளவைவிடக் குறைவானதா?

இந்த நான்கு வினாக்களின் வழி அணையை விரிவாக ஆய்வு செய்தது குழு. பல்வேறு துணைக் குழுக்கள் அமைக்கப்பட்டன. கருங்கல்லாலும், சுண்ணாம்புச் சுருக்கியாலும் கட்டப்பட்டிருந்த அணை கான்கிரீட்டாலும், ஊடுகம்பிகளாலும் மேம்படுத்தப்பட்டிருந்தது. எல்லாக் கட்டுமானப் பொருட்களும் அணையிலிருந்து பெயர்த்தெடுக்கப்பட்டு ஆய்வுக்கூடங்களில் சோதிக்கப்பட்டன. அணைக்கட்டின் மாதிரிகள் உருவாக்கப்பட்டு நிலநடுக்கச் சோதனைகள் நடத்தப்பட்டன. எல்லாக்

கணக்கீடுகளும், எல்லா ஆய்வுகளும், எல்லா சோதனைகளும் ஒரே முடிவை எட்டின, அணை பாதுகாப்பாக இருக்கிறது என்பதே அந்த முடிவு.

குழுவின் உறுப்பினர் நீதியரசர் கே.டி.தாமஸ் இதை மேலும் ஒருவரிடமிருந்து கேட்டுத் தெரிந்து கொள்ள விரும்பினார். இதற்காக அவர் கோட்டயத்திலிருந்து திருவனந்தபுரம் சென்றார். அங்கு பொறியாளர் கே.சி தாமஸை சந்தித்தார். 1979 முதல் அணையின் மேம்பாட்டுப் பணிகளை மேற்பார்வையிட்டவர் பொறியாளர் தாமஸ். அவர் நீதியரசர் தாமஸிடம் சொன்னார்: "1984இல் மேம்பாட்டுப் பணிகள் முடிவடைந்தபோது அது புதிய அணையாகவே மாறிவிட்டது." தொடர்ந்து அணையின் பல்வேறு சிறப்பம்சங்களையும் விளக்கினார். நீதியரசர் விடைபெறும்போது பொறியாளர் சொன்னதுதான் முக்கியமானது. "எனக்கு இப்போது 90 வயதாகிறது. 50 வயதாக இருந்தால் பெரியாறு அணையின் கீழ்ப்பகுதியில் 50 சென்ட் இடம் வாங்கி, அதில் ஒரு வீடு கட்டி வாழ்ந்திருப்பேன்." அதன் பிறகு நீதியரசருக்கு எந்த ஐயமும் இல்லை. அணை பாதுகாப்பாக இருக்கிறது என்கிற அறிக்கையை ஒரு மனதாக உச்ச நீதிமன்றத்தில் சமர்ப்பித்தது குழு. இதற்காக நீதியரசர் தாமஸ் கேரளத்தில் கடுமையாக விமர்சிக்கப்பட்டார். அப்படி நடக்கும் என்பதை அவர் அறிந்திருந்தார். ஆனால் மனசாட்சி மிக்க ஓர் ஆளுமைக்கு உண்மை எல்லாவற்றையும்விட உயர்வானதல்லவா?

உயர்மட்டக் குழுவும், துணைக் குழுக்களும் நடத்திய பொறியியல் ஆய்வுகளின் முடிவுகள் உச்ச நீதிமன்றத்தில் சமர்ப்பிக்கப்பட்டன. முதன்மை அறிக்கையும் அனுபந்தங்களுமாக 50,000 பக்கங்கள் இருந்தன. இன்றுவரை உலக அளவில் எந்த அணைக்கட்டும் இவ்வளவு விரிவான ஆய்வுக்கு உட்படுத்தப்படவில்லை என்பதைக் குழுவின் தலைவர் நீதியரசர் ஏ.எஸ்.ஆனந்த் பதிவு செய்தார்.

இந்த அறிக்கையின் அடிப்படையில்தான் 2014இல் உச்சநீதி மன்றம் வழங்கிய இரண்டாவது தீர்ப்பு அமைந்தது (O.S. No.3 of 2006 நாள் 7.5.2014). அணை பாதுகாப்பாக இருக்கிறது என்பதை வலியுறுத்திய தீர்ப்பு, சிற்றணை மேம்பாட்டிற்கு கேரள அரசு தமிழக அரசுடன் ஒத்துழைக்க வேண்டும் என்றும், புதிய அணை குறித்த எந்தப் பரிசீலனையும் நீதிமன்றத்தின் அனுமதியின்றி நடத்தலாகாது என்றும் குறிப்பிட்டது.

ஆனால் கேரள அரசு இந்தத் தீர்ப்புகளுக்கு எதிர்த்திசையில் இயங்குகிறது. ஒரு புறம் சிற்றணையில் மேம்பாட்டுப் பணிகளை

மேற்கொள்ள அனுமதி மறுக்கிறது. மறுபுறம் அவசியமற்ற புதிய அணைத் திட்டத்தை முன்னெடுக்கிறது. புதிய அணை தொடர்பாக 2024 மே 28ஆம் தேதி நடக்கவிருந்த சுற்றுச்சூழல் கூட்டத்திற்கு முன்பாக தமிழக அரசு கடுமையாக எதிர்வினையாற்றியது. உச்ச நீதிமன்ற தீர்ப்புகளுக்கு எதிராகச் செயல்படுவதால் ஒன்றிய அரசுக்கு எதிராக நீதிமன்ற அவமதிப்பு வழக்குத் தொடுப்போம் என்று கடிதம் எழுதினார் முதல்வர் மு.க.ஸ்டாலின். அதுவே கூட்டம் ரத்து செய்யப்பட்டதற்குக் காரணமாகலாம்.

என்ன செய்யலாம்?

விவாதம் தொடர்கிறது. பிரச்சினையை எதிர்கொள்ள சட்ட ரீதியான நடவடிக்கைகள் அவசியமானவை. தாமதமானாலும் நீதிமன்றத்தின் மூலமாகவே அணையின் நீர்மட்டம் 142 அடி ஆகியிருக்கிறது. சட்டத்தின் வழிகளை முழுமையாகப் பயன்கொள்ளும் அதே வேளையில், கேரள அரசையும், கேரள அறிவாளர்களையும் நாம் அணுக வேண்டும். கட்டுக் கதைகள் பரப்பப்பட்டு வரும் அதே கேரளத்திலிருந்துதான் ஒரு கே.டி. தாமஸும், ஒரு கே.சி. தாமஸும் அணை பாதுகாப்பாக இருக்கிறது என்று சொன்னார்கள். அவர்கள் நேர்மையாளர்கள். இன்னும் எண்ணற்ற தாமஸ்-கள் கல்வியில் சிறந்த கேரளத்தில் இருப்பார்கள். அவர்களைத் தமிழகத்தின் அறிவாளர்கள் காட்சி, அச்சு ஊடகங்கள் வழியாக அணுக வேண்டும். உண்மையைச் சொல்ல வேண்டும். அந்த உண்மை 152 அடி உயரமானது.

○ **இந்து தமிழ் திசை 6.6.2024**